CED.  Y0-CAY-772
12505 N.W. CORNELL RD
PORTLAND, OR 97229
503-644-0043

HIPPOCRENE

# Vietnamese
## Children's
## Picture Dictionary

English – Vietnamese
Vietnamese – English

HIPPOCRENE BOOKS
NEW YORK, NY

Text & illustrations © 2006 Hippocrene Books, Inc.

All rights reserved.

ISBN 0-7818-1133-3

Publisher: George Blagowidow
Series Editor: Robert Stanley Martin
Interior illustrations: Nicholas Voltaggio
English word list: Priti Gress, Robert Stanley Martin
Vietnamese translation and alphabet guide: James T. Lap
Vietnamese copyeditor: Bac Hoai Tran
Vietnamese pronunciations: Robert Stanley Martin, adapted from International Phonetic Alphabet renderings by
James T. Lap and Bac Hoai Tran
Notes on pronunciation and classifiers: Robert Stanley Martin
Main cover illustration: Robert Stanley Martin; colors by Cynthia Mallard, Cynergie Studio, Raleigh, NC
Inset cover illustrations: Nicholas Voltaggio

Series design: www.GoCreativeDesign.com
Additional design, typesetting, and pre-press production: Susan Ahlquist, Perfect Setting, East Hampton, NY

For information, address:

Hippocrene Books, Inc.
171 Madison Avenue
New York, NY 10016
www.hippocrenebooks.com

*Cataloging-in-Publication data available from the Library of Congress*

Printed in China.

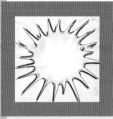

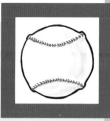

# TABLE OF CONTENTS

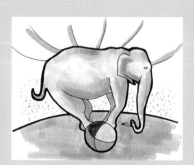

# Vietnamese Pronunciation

| Letter (s) | Pronunciation |
|---|---|
| A (a) | **ah** like the *a* in the English f**a**ther |
| Ă (ă) | **ah** like the *o* in the English h**o**t |
| Â (â) | **uh** like the *u* in the English s**u**n |
| B (b) | **b** like the *b* in the English **b**ig |
| C (c) | **k** like the *k* in the English **k**itten |
| D (d) | **y** like the *y* in the English **y**ou |
| Đ (đ) | **d** like the *d* in the English **d**o |
| E (e) | **eh** like the *e* in the English **e**mpire |
| Ê (ê) | **ay** like the *ai* in the English b**ai**t |
| G (g) | **g** like the *g* in the English **g**o |
| H (h) | **h** like the *h* in the English **h**ope |
| I (i) | **ee** like the *ee* in the English f**ee**d |
| K (k) | **k** like the *k* in the English **k**ing |
| L (l) | **l** like the *l* in the English **l**ong |
| M (m) | **m** like the *m* in the English **m**y |
| N (n) | **n** like the *n* in the English **n**o |
| O (o) | **oo** like the *oo* in the English d**oo**r |
| Ô (ô) | **oh** like the *o* in the English s**o** |
| Ơ (ơ) | **uh** like the *a* in the English diplom**a** |
| P (p) | **p** like the *p* in the English ma**p** |
| Qu (qu) | **kw** like the *qu* in the English **qu**ick |
| R (r) | **r** like the *r* in the English **r**ose |
| S (s) | **sh** like the *sh* in the English **sh**oe |
| T (t) | **t** like the *t* in the English **t**en |
| U (u) | **u** like the *u* in the English b**u**tcher |
| Ư (ư) | **ur** like the *ur* in the English p**ur**se |
| V (v) | **v** like the *v* in the English **v**ery |
| X (x) | **s** like the *s* in the English **s**on |
| Y (y) | **ee** like the *ee* in the English fr**ee** |

# Vietnamese Vowels and Tones

A challenging part of learning to speak Vietnamese is learning to say vowels in the proper tone. Vietnamese vowels are pronounced in one of six different tones: high rising, mid-level, low falling, falling rising, falling rising broken, and low falling broken.

When you look at the Vietnamese words in this book, you will see that many of the vowels have marks on them that the vowels in the Vietnamese alphabet do not have. These marks, called diacriticals, tell you which tone to use when pronouncing the syllable that includes the vowel.

When you speak in a normal tone of voice, you are speaking in the mid-level tone. The vowels using the mid-level tone have no marks on them apart from the marks you see on the vowels in the Vietnamese alphabet. These are mid-level vowels: **a, ă, â, e, ê, i, o, ô, ơ, u**, and **ư**.

Vowels in the high rising tone have what is called an acute accent mark over them. This accent mark begins in the upper right and ends in the lower left above the vowel. When you see this mark on a Vietnamese vowel, begin saying the syllable in a normal tone and then let your voice rise sharply. These are the high rising vowels: **á, ắ, ấ, é, ế, í, ó, ố, ớ, ú**, and **ứ**.

Vowels in the low rising tone have a grave accent mark over them. This mark begins in the upper left and ends in the lower right above the vowel. It tells you to begin speaking the syllable in a normal tone and then let your voice drop or go deeper. These are the low rising vowels: **à, ằ, ầ, è, ề, ì, ò, ồ, ờ, ù**, and **ừ**.

Vowels in the falling rising tone have a mark over them that looks like a question mark without the dot. This tells you to begin saying the syllable in a normal tone and then let your voice rise, although not as sharply as you would in the high rising tone. The rising sound here should sound like it does in English when you ask a question. These are the falling rising vowels: **ả, ẳ, ẩ, ẻ, ể, ỉ, ỏ, ổ, ở, ủ** and **ử**.

Vowels in the falling rising broken tone have a squiggle mark over them called a tilda. You begin saying these syllables in a very low, deep tone. You then let your voice rise sharply. When you do this, you should make a breaking sound in between the low and high tones. This sound is produced in the throat and is called a glottal stop. Don't worry too much about this when you're starting out. Just remember to start low and go high really fast. The falling rising broken vowels are: **ã, ẵ, ẫ, ẽ, ễ, ĩ, õ, ỗ, ỡ, ũ**, and **ữ**.

Vowels in the low falling broken tone have a dot underneath them. This tells you start speaking the syllable in a low, deep tone and then go even lower. The low falling broken vowels are: **ạ, ặ, ậ, ẹ, ệ, ị, ọ, ộ, ợ, ụ**, and **ự**.

## A Note on Classifiers

In English, nouns generally come after words like *the*, *this*, *that*, *a*, or *an*. These words tell you whether the noun is being talked about specifically or in general. They also tell you which noun is being talked about specifically. Vietnamese does not have similar words. The language instead uses words called classifiers. These words do many things, including telling when one is talking about a specific object.

A classifier is used with a particular family of nouns. With a word like *cam*, the Vietnamese word for the English *orange*, the classifier tells you whether one is talking about the color or the fruit. To indicate the color, one uses the word with the classifier for colors, *màu*, i.e. *màu cam*. When one is talking about the fruit, one says the word with the classifier for fruit, *trái*, as in *trái cam*.

The most common classifier is *cái*, which is used with most objects, such as *ghế* (chair) or *bàn* (table). Other classifiers that are noted in this book include *áo* (clothing items), *cây* (long, thin objects), *con* (animals), *chiếc* (a series or brand item, such as an airplane or shoes), *đàn* (musical instruments), *kèn* (brass musical instruments), *môn* (sports), *mùa* (seasons), *người* (people), *quả* (round objects, including some fruit), *số* (numbers), and *xe* (objects with wheels).

The classifiers in this book are in parentheses. Remember that they always come before the noun.

## The Pronunciation of Words in this Book

The pronunciations in this book use the Southern or Saigon accent of Vietnamese. If you go to Vietnam, you will find many people speaking in what is called the Northern or Hanoi accent. This is the accent favored by the Vietnamese government and schools.

The Southern accent is the accent used by most Vietnamese speakers in the United States. These are the pronunciations you are most likely to hear in this country. It is softer and more melodious than the Northern accent.

Remember, the best way to learn a language is to listen and practice with native speakers. Reading this dictionary with someone who speaks Vietnamese should provide a great start to learning the language.

*Chúc em nhiều may mắn!*

**afraid**      **sợ**
*suh*

**airplane**      **(chiếc) máy bay**
*(chih-uh-k) mah-ih bah-ih*

**alphabet**      **bảng chữ cái**
*bah-ng juh kah-ih*

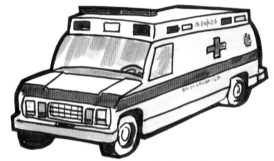

**ambulance**      **(xe) cứu thương**
*(sah-ih) koo tuh-ng*

**angry**      **tức giận**
*tuh-k yuh-ng*

**ant**      **(con) kiến**
*(koh-ng) kih-un*

a b c d e f g h i j k l m n o p q r s t u v w x y z

## Aa

**apartment**       **căn hộ**
*kah-n huh-oo*

**apple**       **(trái) táo**
*(trah-ih) tah-oh*

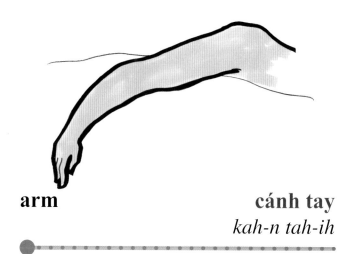

**arm**       **cánh tay**
*kah-n tah-ih*

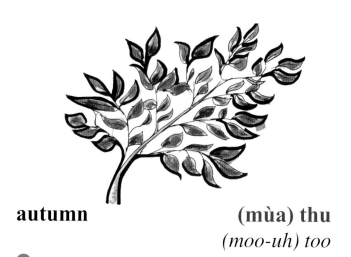

**autumn**       **(mùa) thu**
*(moo-uh) too*

**a** b c d e f g h i j k l m n o p q r s t u v w x y z

## Bb

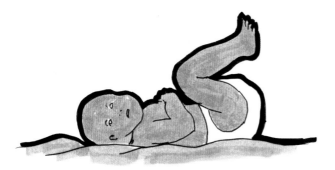

**baby**          **đứa bé**
*doo-ih bah-ih*

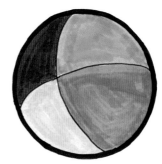

**ball**          **(trái) banh**
*(trah-ih) bahn*

**balloon**          **bong bóng**
*boh-ng boh-ng*

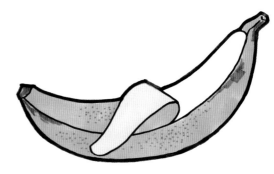

**banana**          **(trái) chuối**
*(trah-ih) joo-ih*

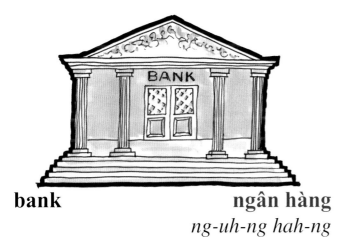

**bank**          **ngân hàng**
*ng-uh-ng hah-ng*

**barrel**          **thùng tôn nô**
*tuh-ng tahn nau*

a b c d e f g h i j k l m n o p q r s t u v w x y z

**Bb**

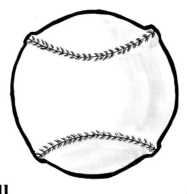

**baseball**      **dã câu**
*yah kuh-oo*

**basket**      **(cái) rổ**
*(kah-ih) ruh-oo*

**bat**      **(con) dơi**
*(koh-ng) yuh-ih*

**bathroom**      **phòng tắm**
*foh-ng tah-m*

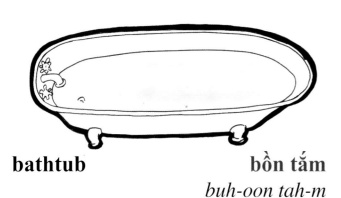

**bathtub**      **bồn tắm**
*buh-oon tah-m*

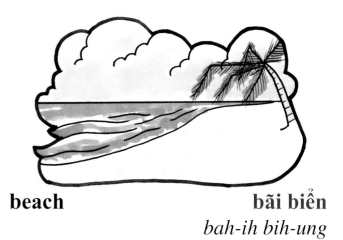

**beach**      **bãi biển**
*bah-ih bih-ung*

a b c d e f g h i j k l m n o p q r s t u v w x y z

**Bb**

**beans**            **đậu**
*duh-oo*

**bear**            **(con) gấu**
*(koh-ng) guh-oo*

**bed**            **(cái) giường**
*(kah-ih) yuh-ng*

**bedroom**            **phòng ngủ**
*foh-ng ng-oo*

**bee**            **(con) ong**
*(koh-ng) oh-ng*

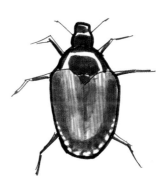

**beetle**            **(con) bọ hung**
*(koh-ng) boh huh-ng*

**a b c d e f g h i j k l m n o p q r s t u v w x y z**

**Bb**

**bell**        **(cái) chuông**
*(kah-ih) joo-ng*

**bellybutton**        **rốn**
*roo-ng*

**belt**        **dây lưng**
*yuh-ih luh-ng*

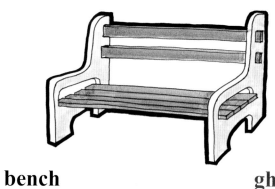

**bench**        **ghế dài**
*geh-ih oo-ah-ih*

**bicycle**        **(xe) đạp**
*(sah-ih) dahp*

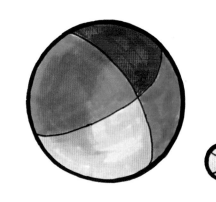

**big**        **to**
*toh*

a b c d e f g h i j k l m n o p q r s t u v w x y z

**binoculars**      **ống nhòm**
*uh-oo-ng nye-oh-m*

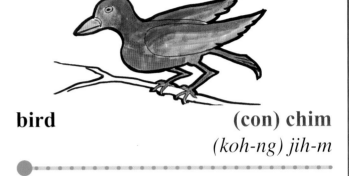

**bird**      **(con) chim**
*(koh-ng) jih-m*

**birthday**      **ngày sinh nhật**
*ng-ah-ih sih-n nye-uht*

**black**      **(màu) đen**
*(ma-oo) dan*

**blanket**      **(cái) mền**
*(kah-ih) meh-in*

**blinds**      **màn che cửa sổ**
*ma-ng jeh kuh shuh-oo*

a b c d e f g h i j k l m n o p q r s t u v w x y z

**blocks**   các khối để chơi xếp hình
*kahk khuh-oo-ih deh-ih seh-ip hin*

**blue**   (màu) xanh dương
*(ma-oo) sahn oo-uh-ng*

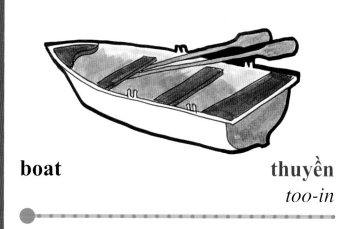

**boat**   thuyền
*too-in*

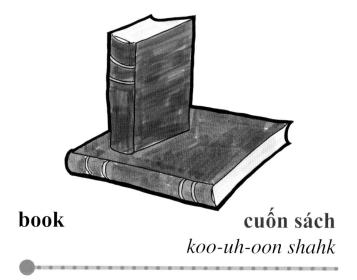

**book**   cuốn sách
*koo-uh-oon shahk*

**bottle**   (cái) chai
*(kah-ih) jah-ih*

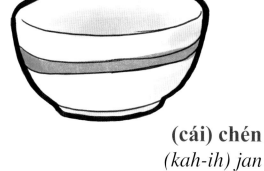

**bowl**   (cái) chén
*(kah-ih) jan*

a b c d e f g h i j k l m n o p q r s t u v w x y z

## Bb

**box**     **(cái) hộp**
*(kah-ih) huh-oop*

**boy**     **(con) trai**
*(koh-ng) trah-ih*

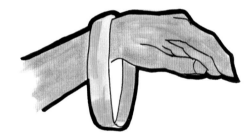

**bracelet**     **vòng đeo tay**
*voh-ng da-oh tah-ih*

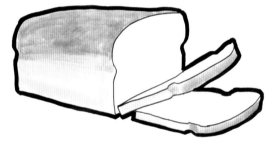

**bread**     **bánh mì**
*bah-n mih*

**breakfast**     **bữa ăn sáng**
*buh ahn sah-ng*

**bridge**     **(chiếc) cầu**
*(chih-uh-k) kuh-oo*

a b c d e f g h i j k l m n o p q r s t u v w x y z

**broom**            **(cái) chổi**
*(kah-ih) juh-oo-ih*

**brown**          **(màu) nâu**
*(mah-oo) nuh-oo*

**brush**          **bàn chải**
*bah-ng jah-ih*

**bucket**          **(cái) xô**
*(kah-ih) suh-oo*

a b c d e f g h i j k l m n o p q r s t u v w x y z

## Bb

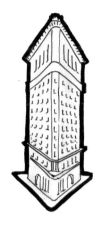

**building**        **tòa nhà**
*toh-ah nyah*

**bus**        **(xe) buýt**
*(sah-ih) boo-oot*

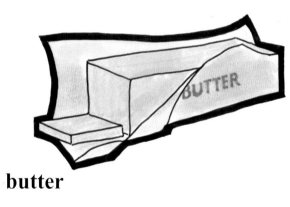

**butter**        **bơ**
*buh*

**butterfly**        **(con) bướm**
*(koh-ng) buh-m*

**(to) buy**        **mua**
*moo-ah*

a b c d e f g h i j k l m n o p q r s t u v w x y z

**cabinet**          **tủ đựng chén dĩa**
*too duh-ng jan oo-ih-ah*

**cake**          **bánh ngọt**
*bah-n ng-oht*

**calendar**          **tấm lịch**
*tum lih-t*

**camel**          **(con) lạc đà**
*(koh-ng) lahk dah*

**camera**          **máy chụp hình**
*mah-ih joop hih-n*

**candle**          **(cây) đèn cầy**
*(kuh-ih) dan kuh-oo*

   a b c d e f g h i j k l m n o p q r s t u v w x y z

**Cc**

**candy**                    **kẹo**
*ka-ih-au*

**car**                    **(xe) hơi**
*(sah-ih) huh-ih*

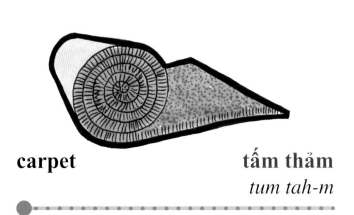

**carpet**                    **tấm thảm**
*tum tah-m*

**carrot**                    **củ cà rốt**
*koo kah ruh-oot*

**(to) carry**                    **mang**
*mah-ng*

**castle**                    **lâu đài**
*luh-oo dah-ih*

a b **c** d e f g h i j k l m n o p q r s t u v w x y z

## Cc

**cat** **(con) mèo**
*(koh-ng) mah-ih-oh*

**caterpillar** **(con) sâu bướm**
*(koh-ng) suh-oo buh-m*

**cave** **(cái) hang**
*(kah-ih) hah-ng*

**ceiling** **trần nhà**
*t-lun nyah*

**chair** **(cái) ghế**
*(kah-ih) geh-ih*

**cheek** **má**
*mah*

a b c d e f g h i j k l m n o p q r s t u v w x y z

**Cc**

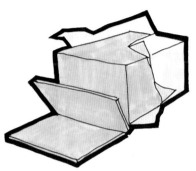

**cheese**       **phô mai**
*fuh-oo mah-ih*

**chef**       **đầu bếp**
*duh-oo beh-ip*

**cherry**       **(trái) anh đào**
*(trah-ih) ahn dah-oh*

**chest**       **(cái) rương**
*(kah-ih) ruh-ng*

**chicken**       **(con) gà**
*(koh-ng) gah*

**child**       **đứa trẻ**
*duh t-lah-ih*

a b c d e f g h i j k l m n o p q r s t u v w x y z

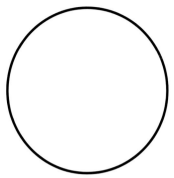

**circle**        **hình tròn**
*hih-n t-luh-ng*

**circus**        **gánh xiệc**
*gah-n sih-uh-k*

**city**        **thành phố**
*tahn fuh-oo*

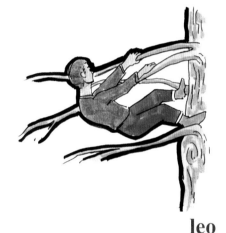

**(to) climb**        **leo**
*lah-ih-oh*

**clock**        **(cái) đồng hồ**
*(kah-ih) duh-oo-ng huh-oo*

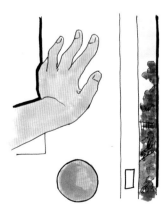

**(to) close**        **đóng**
*doh-ng*

## Cc

**closet**                **tủ quần áo**
                          *too kwun ah-oh*

**cloud**                 **mây**
                          *muh-ih*

**clown**                 **thằng hề**
                          *tah-ng heh-ih*

**coat**                  **(áo) choàng**
                          *(ah-oh) j-wah-ng*

**coffee**                **cà phê**
                          *kah feh-ih*

**cold**                  **lạnh**
                          *lah-n*

a b **c** d e f g h i j k l m n o p q r s t u v w x y z

**Cc**

**comb**      **(cái) lược**
*(kah-ih) loo-ih-k*

**computer**      **máy điện toán**
*mah-ih dih-ah-ng t-wah-ng*

**construction worker**      **thợ xây cất**
*tuh suh-ih kuh-t*

**(to) cook**      **nấu ăn**
*nuh-oo ah-ng*

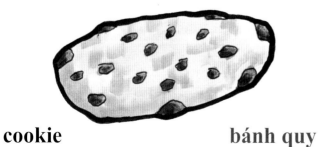

**cookie**      **bánh quy**
*bahn k-woo-oo*

**corn**      **bắp**
*bahp*

a b c d e f g h i j k l m n o p q r s t u v w x y z

# Cc

**cracker**        **bánh quy giòn**
*bahn k-woo-oo y-oh-n*

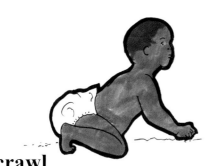

**(to) crawl**        **bò**
*boh*

**crayon**        **(cây) viết chì màu**
*(kuh-ih) vih-uht chih mah-oo*

**crib**        **giường nôi**
*yuh-ng nah-oo-ih*

**crocodile**        **(con) cá sấu**
*(koh-ng) kah suh-oo*

**(to) cry**        **khóc**
*khuh-oh-k*

**curtain**        **bức màn**
*buhk mah-n*

a b c d e f g h i j k l m n o p q r s t u v w x y z

**Dd**

**(to) dance**       **nhảy múa**
*n-yah-ih moo-ah*

**deer**       **(con) nai**
*(koh-ng) nah-ih*

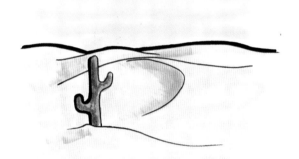

**desert**       **sa mạc**
*sah mah-k*

**desk**       **bàn làm việc**
*bahn lahm vih-uhk*

**dessert**       **món tráng miệng**
*moh-ng t-rah-ng mih-uh-ng*

**diamond**       **kim cương**
*kih-m kuh-ng*

a b c **d** e f g h i j k l m n o p q r s t u v w x y z

# Dd

**dinner**                **bữa ăn tối**
*buh ahn tuh-oo-ih*

**dinosaur**              **(con) khủng long**
*(koh-ng) khuh-oo-ng loh-ng*

**dirty**                 **dơ bẩn**
*y-uh buh-ng*

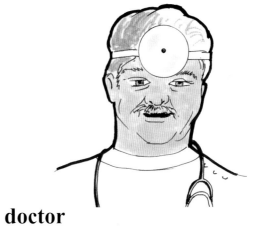

**doctor**                **bác sĩ**
*bah-k sih*

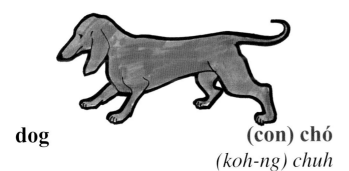

**dog**                   **(con) chó**
*(koh-ng) chuh*

**doll**                  **(con) búp bê**
*(koh-ng) buhp beh-ih*

a b c **d** e f g h i j k l m n o p q r s t u v w x y z

**Dd**

**dolphin**       **(con) cá heo**
*(koh-ng) kah hah-ih-oh*

**donkey**       **(con) lừa**
*(koh-ng) luh*

**door**       **(cái) cửa**
*(kah-ih) kuh*

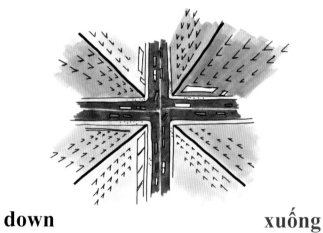

**down**       **xuống**
*soo-uh-oo-ng*

**downstairs**       **tầng dưới**
*tuh-ng y-uh-ih*

**dragon**       **(con) rồng**
*(koh-ng) rah-oo-ng*

a b c **d** e f g h i j k l m n o p q r s t u v w x y z

# Dd

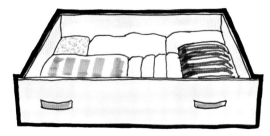

**drawer**         **ngăn kéo**
*n-gah-n kah-ih-uh*

**dress**         **(áo) đầm**
*(ah-oh) duh-m*

**(to) drink**         **uống**
*oo-uh-oo-ng*

**drum**         **(cái) trống**
*(kah-ih) t-ruh-oo-ng*

**duck**         **(con) vịt**
*(koh-ng) vih-t*

a b c **d** e f g h i j k l m n o p q r s t u v w x y z

## Ee

**eagle**  **(con) chim đại bàng**
*(koh-ng) chih-m dah-ih bah-ng*

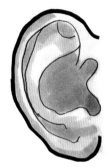

**ear**  **(cái) tai**
*(kah-ih) tah-ih*

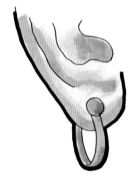

**earring**  **bông tai**
*buh-oo-ng tah-ih*

**(to) eat**  **ăn**
*ah-ng*

**egg**  **trứng**
*t-ruh-ng*

a b c d **e** f g h i j k l m n o p q r s t u v w x y z

# Ee

**eight**        **(số) tám**
*(suh-oo) tah-m*

**elephant**        **(con) voi**
*(koh-ng) v-uh-ih*

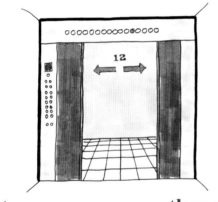

**elevator**        **thang máy**
*tah-ng mah-ih*

**empty**        **trống**
*t-ruh-oo-ng*

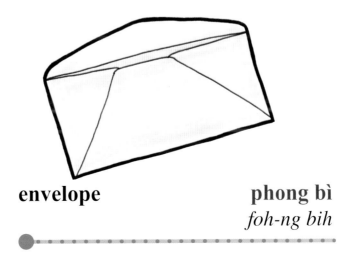

**envelope**        **phong bì**
*foh-ng bih*

a b c d **e** f g h i j k l m n o p q r s t u v w x y z

**Ee**

**escalator**       **thang cuốn**
*tah-ng koo-uh-ng*

**evening**       **buổi chiều**
*boo-ih chi-uh-oo*

**eye**       **(con) mắt**
*(koh-ng) maht*

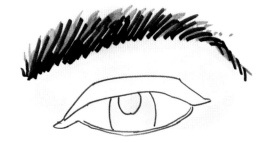

**eyebrow**       **lông mày**
*luh-oo-ng mah-ih*

**eyeglasses**       **mắt kiếng**
*mah-t kih-uh-ng*

a b c d **e** f g h i j k l m n o p q r s t u v w x y z

## Ff

**face**     **khuôn mặt**
*koo-uh-oo-ng mah-t*

**family**     **gia đình**
*y-ah dih-n*

**fan**     **(cái) quạt**
*(kah-ih) k-wah-t*

**feather**     **lông vũ**
*luh-oo-ng voo*

**(to) feed**     **cho ăn**
*choh ah-ng*

a b c d e **f** g h i j k l m n o p q r s t u v w x y z

## Ff

**fence**                    **hàng rào**
                             *hah-ng rah-oh*

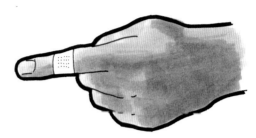

**finger**                   **ngón tay**
                             *ng-oh-ng tah-ih*

**fire**                     **lửa**
                             *luh*

**fire engine**              **(xe) cứu hỏa**
                             *(sah-ih) koo h-wah*

**firefighter**              **lính cứu hỏa**
                             *lih-n koo h-wah*

**fish**                     **(con) cá**
                             *(koh-ng) kah*

**Ff**

**five**      **(số) năm**
*(suh-oo) nah-m*

**flag**      **lá cờ**
*lah kuh*

**flashlight**      **đèn pin**
*dah-ih-n pih-n*

**floor**      **sàn nhà**
*sah-ng nyah*

**flower**      **hoa**
*h-wah*

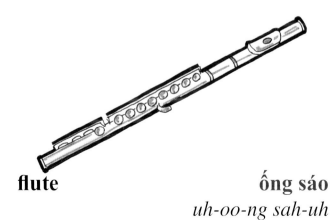

**flute**      **ống sáo**
*uh-oo-ng sah-uh*

a b c d e **f** g h i j k l m n o p q r s t u v w x y z

## Ff

**(to) fly**          **bay**
*bah-ih*

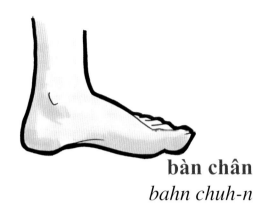

**foot**          **bàn chân**
*bahn chuh-n*

**forest**          **cánh rừng**
*kah-n ruh-ng*

**fork**          **(cái) nĩa**
*(kah-ih) nih-uh*

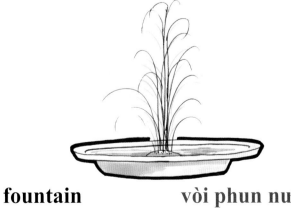

**fountain**          **vòi phun nước**
*vuh-ih foo-n nuh-k*

**four**          **(số) bốn**
*(suh-oo) buh-uh-ng*

a b c d e **f** g h i j k l m n o p q r s t u v w x y z

## Ff

**fox**  (con) cáo
*(koh-ng) kah-oh*

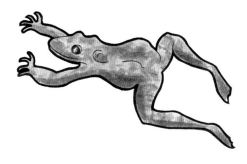

**Friday**  thứ sáu
*tuh sah-oo*

**friend**  bạn
*bah-ng*

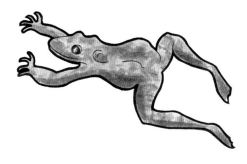

**frog**  (con) ếch
*(koh-ng) eh-ih-k*

**fruit**  (trái) cây
*(trah-ih) kuh-ih*

**full**  đầy
*duh-ih*

a b c d e **f** g h i j k l m n o p q r s t u v w x y z

**Gg**

**game**        **trò chơi**
*troh chuh-ih*

**garden**        **vườn**
*vuh-n*

**gasoline**        **dầu xăng**
*y-uh-oo sah-ng*

**gift**        **quà tặng**
*kwah tah-ng*

**giraffe**        **(con) hươu cao cổ**
*(koh-ng) huh-oo kah-oo*

**girl**        **(con) gái**
*(koh-ng) gah-ih*

**Gg**

**(to) give**          **cho**
*choh*

**glass**          **(cái) ly**
*(kah-ih) lih*

**globe**          **(quả) địa cầu**
*(kwah-ih) dih-uh kah-oo*

**golf**          **(môn) đánh gôn**
*(muh-oo-n) dah-n guh-oo-n*

**Good night.**          **Chào buổi tối.**
*chah-oh boo-ih tuh-oo-ih*

**Good-bye.**          **Chào tạm biệt.**
*chah-oh tah-m bih-uh-t*

a b c d e f **g** h i j k l m n o p q r s t u v w x y z

## Gg

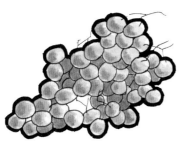

**grapes**　　　　**chum nho**
*(chuh-m) n-hoh*

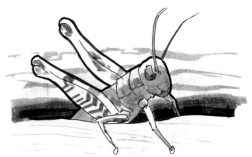

**grasshopper**　　　**(con) châu chấu**
*(koh-ng) chuh-oo chuh-oo*

**green**　　　**(màu) xanh lá cây**
*(mah-oo) sah-n lah kuh-oo*

**guitar**　　　**(đàn) ghita**
*(dah-ng) goo-ih-tah*

**gymnastics**　　　**thể dục**
*teh-ih y-uh-k*

## Hh

**hair**　　　　　　　**tóc**
*tuh-k*

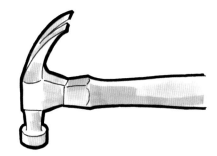

**hammer**　　　　**(cái) búa**
*(kah-ih) boo-ah*

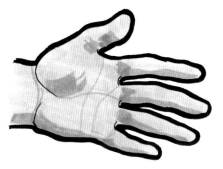

**hand**　　　　　　**bàn tay**
*bah-ng tah-ih*

**happy**　　　　　　**vui**
*voo-ih*

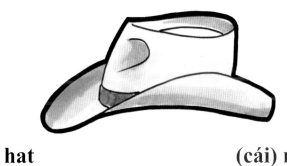

**hat**　　　　　　**(cái) nón**
*(kah-ih) nuh-ng*

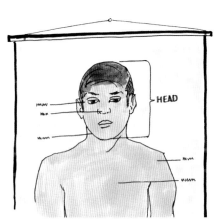

**head**　　　　　　**(cái) đầu**
*(kah-ih) duh-oo*

a b c d e f g **h** i j k l m n o p q r s t u v w x y z

41

**heart**             **(trái) tim**
*(trah-ih) tih-m*

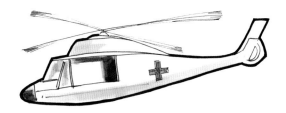

**helicopter**   **(chiếc) máy bay trực thăng**
*(chih-uh-k) mah-ih bah-ih truh-k thah-ng*

**Hello.**           **Chào.**
*chah-oh*

**(to) hide**          **trốn**
*truh-oo-ng*

**highway**         **xa lộ**
*sah luh-oo*

**hippopotamus**      **(con) hà mã**
*(koh-ng) hah mah*

a b c d e f g **h** i j k l m n o p q r s t u v w x y z

## Hh

**horse**      **(con) ngựa**
*(koh-ng) ng-uh*

**hospital**      **nhà thương**
*nyah thuh-ng*

**hot**      **nóng**
*noh-ng*

**house**      **(căn) nhà**
*(kah-ng) nyah*

**(to) hug**      **ôm**
*uh-oo-m*

a b c d e f g **h** i j k l m n o p q r s t u v w x y z

**Ii**

**ice cream**        **kem**
*kam*

**ice cube**        **cục nước đá**
*koo-k nuh-k dah*

**ice-skating**      **(môn) trượt băng**
*(muh-oo-ng) truh-t bah-ng*

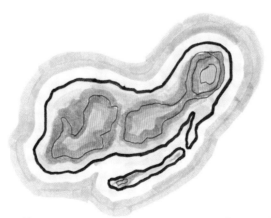

**island**        **hòn đảo**
*huh-ng dah-uh*

a b c d e f g h i j k l m n o p q r s t u v w x y z

## Jj

**jacket** **(áo) khoác**
*(ah-uh) khuh-wah-k*

**jam** **mứt**
*muh-t*

**jar** **(cái) hũ**
*(kah-ih) hoo*

**jigsaw puzzle** **trò chơi xếp hình**
*truh chuh-ih seh-ih-p hih-n*

**juice** **nước trái cây**
*nuh-k tra-ih kah-ih*

**(to) jump** **nhảy**
*n-hah-ih*

**jungle** **rừng nhiệt đới**
*ruh-ng n-hih-uh-t duh-ih*

a b c d e f g h i **j** k l m n o p q r s t u v w x y z

**Kk**

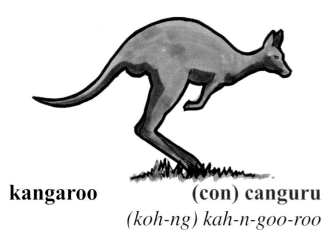

**kangaroo**      **(con) canguru**
*(koh-ng) kah-n-goo-roo*

**key**      **chìa khóa**
*chih-uh khuh-uh-ah*

**king**      **ông vua**
*uh-oo-ng voo-ah*

**kiss**      **nụ hôn**
*noo huh-oo-n*

**kitchen**      **nhà bếp**
*nyah beh-ih-p*

a b c d e f g h i j **k** l m n o p q r s t u v w x y z

## Kk

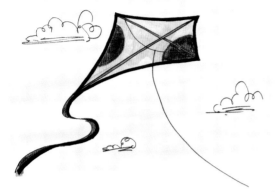

**kite**          **(con) diều**
*(koh-ng) yih-uh-oo*

**kitten**          **(con) mèo con**
*(koh-ng) mah-ih-oh koh-ng*

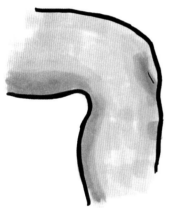

**knee**          **đầu gối**
*duh-oo guh-oo-ih*

**knife**          **(con) dao**
*(koh-ng) yah-oh*

**knot**          **(cái) gút**
*(kah-ih) goo-t*

a b c d e f g h i j **k** l m n o p q r s t u v w x y z

**ladder**      **(cái) thang**
*(kah-ih) tah-ng*

**ladybug**      **(con) rùa bay**
*(koh-ng) roo-ah bah-ih*

**lamb**      **(con) cừu con**
*(koh-ng) kuh-oo koh-ng*

**lamp**      **đèn có chân đứng**
*dah-ih-ng koh chuh-ng duh-ng*

**(to) laugh**      **cười**
*kuh-ih*

a b c d e f g h i j k l m n o p q r s t u v w x y z

**leaf**        **(chiếc) lá**
*(chih-uh-k) lah*

**leg**        **(cái) chân**
*(kah-ih) chuh-ng*

**lemon**        **(trái) chanh**
*(trah-ih) chah-n*

**library**        **thư viện**
*tuh vih-uh-ng*

**lion**        **(con) sư tử**
*(koh-ng) suh tuh*

a b c d e f g h i j k **l** m n o p q r s t u v w x y z

**living room**　　　　**phòng khách**
*foh-ng khuh-ah-k*

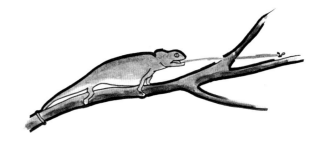

**lizard**　　　　**(con) tắc kè**
*(koh-ng) tah-k kah-ih*

**lobster**　　　**(con) tôm hùm**
*(koh-ng) tuh-oo-m hoo-m*

**loud**　　　　**ầm ĩ**
*uh-m ih*

**lunch**　　　　**bữa ăn trưa**
*buh ah-ng truh*

## Mm

**mail carrier**     **(người) phát thơ**
*(ng-uh-ih) fah-t tuh*

**mailbox**     **thùng thơ**
*tuh-ng tuh*

**man**     **(người) đàn ông**
*(ng-uh-ih) dah-ng uh-oo-ng*

**map**     **tấm bản đồ**
*tuh-m bah-ng duh-oo*

**mask**     **mặt nạ**
*mah-t nah*

**medicine**     **thuốc men**
*t-wah-k mah-ih-ng*

a b c d e f g h i j k l **m** n o p q r s t u v w x y z

## Mm

**menu**　　　　　　　　**thực đơn**
*tuh-k duh-ng*

**milk**　　　　　　　　**sữa**
*suh*

**mirror**　　　　　**kiếng soi mặt**
*kih-uh-ng soh-ih mah-ih-t*

**mitten**　　　　　　**găng tay**
*gah-ng tah-ih*

**Monday**　　　　　　**thứ hai**
*tuh hah-ih*

a b c d e f g h i j k l m n o p q r s t u v w x y z

**Mm**

**money**          **tiền**
*tih-uh-ng*

**monkey**          **(con) khỉ**
*(koh-ng) khuh-ih*

**moon**          **mặt trăng**
*mah-t trah-ng*

**morning**          **buổi sáng**
*boo-ih sah-ng*

a b c d e f g h i j k l **m** n o p q r s t u v w x y z

**Mm**

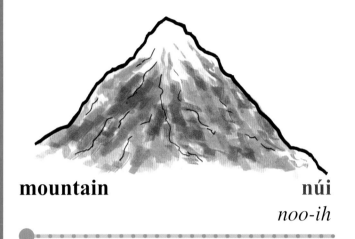

**mountain**       **núi**
*noo-ih*

**mouse**       **(con) chuột**
*(koh-ng) choo-wuh-t*

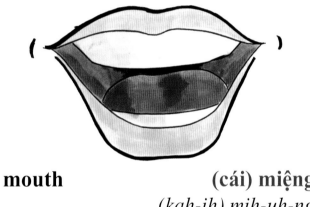

**mouth**       **(cái) miệng**
*(kah-ih) mih-uh-ng*

**movie theater**       **rạp xi-nê**
*rah-p sih neh*

**museum**       **viện bảo tàng**
*vih-uh-ng bah-oh tah-ng*

a b c d e f g h i j k l **m** n o p q r s t u v w x y z

**Nn**

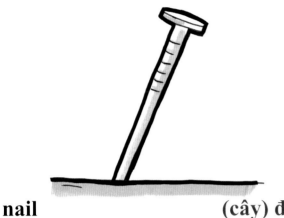

**nail**          **(cây) đinh**
*(kuh-ih) dih-n*

**name**          **tên**
*tuh-n*

**napkin**          **khăn ăn**
*khuh-ah-ng ah-ng*

**necklace**          **chuỗi hạt**
*choo-ih hah-t*

**neighborhood**          **hàng xóm**
*hah-ng soh-m*

a b c d e f g h i j k l m **n** o p q r s t u v w x y z

**Nn**

**nest** **(cái) tổ**
*(kah-ih) tuh-oo*

**newspaper** **tờ báo**
*tuh bah-oh*

**night** **ban đêm**
*bah-ng deh-ih-m*

**nine** **(số) chín**
*(suh-oo) chih-n*

**nurse** **y tá**
*ih tah*

a b c d e f g h i j k l m n o p q r s t u v w x y z

**Oo**

ocean | **biển**
*bih-uh-ng*

**old** | **già**
*yah*

**one** | **(số) một**
*(suh-oo) muh-oo-t*

**(to) open** | **mở**
*muh*

orange [color] | **(màu) cam**
*(mah-oo) kah-m*

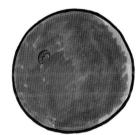

**orange [fruit]** | **(trái) cam**
*(trah-ih) kah-m*

**oven** | **(cái) lò**
*(kah-ih) loh*

a b c d e f g h i j k l m n **o** p q r s t u v w x y z

**Pp**

**paint**      **sơn**
*soh-n*

**pajamas**      **bộ đồ ngủ**
*buh-oo duh-oo ng-oo*

**pants**      **quần dài**
*k-wuh-ng yah-ih*

**paper**      **tờ giấy**
*tuh yuh-ih*

**park**      **công viên**
*kuh-oo-ng vih-uh-ng*

**parking lot**      **bãi đậu xe**
*bah-ih duh-oo sah-ih*

a b c d e f g h i j k l m n o **p** q r s t u v w x y z

## Pp

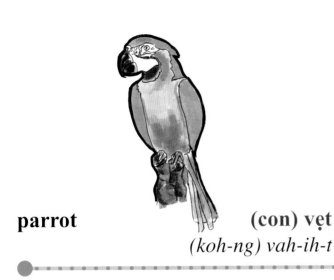

**parrot**     **(con) vẹt**
*(koh-ng) vah-ih-t*

**party**     **buổi tiệc**
*boo-ih tih-uh-k*

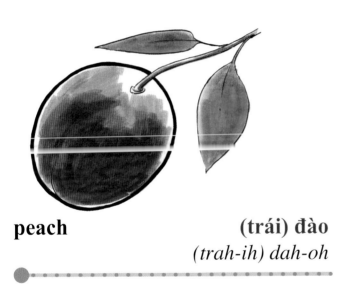

**peach**     **(trái) đào**
*(trah-ih) dah-oh*

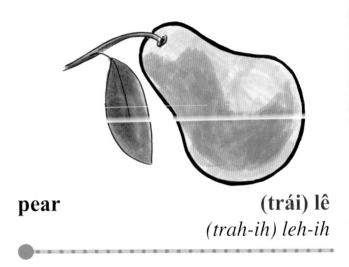

**pear**     **(trái) lê**
*(trah-ih) leh-ih*

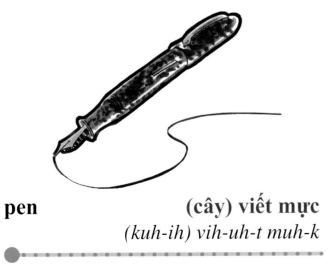

**pen**     **(cây) viết mực**
*(kuh-ih) vih-uh-t muh-k*

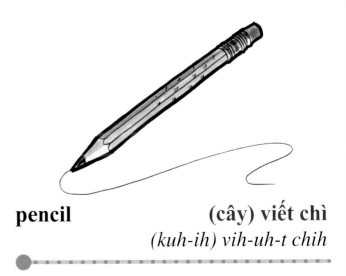

**pencil**     **(cây) viết chì**
*(kuh-ih) vih-uh-t chih*

a b c d e f g h i j k l m n o **p** q r s t u v w x y z

**Pp**

**people**      **dân chúng**
*yuh-ng choo-ng*

**pepper**      **tiêu**
*tih-uh-oo*

**photograph**      **hình**
*hih-n*

**piano**      **(đàn) dương cầm**
*(dah-ng) yuh-ng kuh-m*

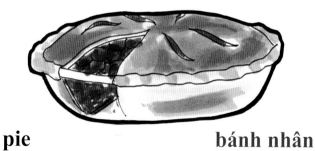

**pie**      **bánh nhân**
*bah-n nyuh-ng*

**pig**      **(con) heo**
*(koh-ng) hah-ih-oh*

## Pp

**pillow**          **(cái) gối**
*(kah-ih) guh-oo-ih*

**pink**          **(màu) hồng**
*(mah-oo) huh-oo-ng*

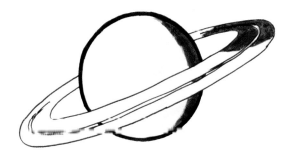

**planet**          **hành tinh**
*hah-n tih-n*

**plate**          **(cái) dĩa**
*(kah-ih) yih-uh*

**(to) play**          **chơi**
*chuh-ih*

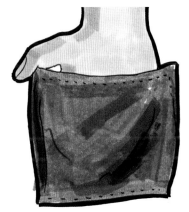

**pocket**          **túi áo**
*too-ih ah-oh*

a b c d e f g h i j k l m n o **p** q r s t u v w x y z

## Pp

**police officer**     **cảnh sát**
*kuh-oo-ng sah-t*

**post office**     **bưu điện**
*boo dih-uh-ng*

**pot**     **(cái) nồi**
*(kah-ih) nuh-oo-ih*

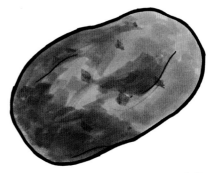

**potato**     **khoai tây**
*khuh-oh-ah-ih tuh-ih*

**(to) pull**     **kéo**
*kah-ih-oh*

**pumpkin**     **(trái) bí**
*(trah-ih) bih*

a b c d e f g h i j k l m n o **p** q r s t u v w x y z

**puppet**  (con) rối
*(koh-ng) ruh-oo-ih*

**puppy**  (con) chó con
*(koh-ng) choh koh-ng*

**purple**  (màu) tía
*(mah-oo) tih-uh*

**purse**  (cái) bóp xách tay
*(kah-ih) boh-p sah-t tah-ih*

**queen**  bà hoàng hậu
*bah h-wah-ng huh-oo*

**quiet**  im lặng
*ih-m lah-ng*

**a b c d e f g h i j k l m n o p q r s t u v w x y z**

# Rr

**rabbit**      **(con) thỏ**
*(koh-ng) toh*

**radio**      **(cái) rađiô**
*(kah-ih) rah-dih-uh-oo*

**rain**      **mưa**
*muh*

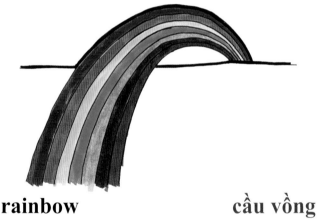

**rainbow**      **cầu vồng**
*kuh-oo vuh-oo-ng*

**(to) read**      **đọc**
*doh-k*

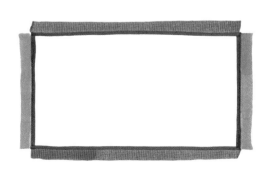

**rectangle**      **hình chữ nhật**
*hih-n chuh nyuh-t*

a b c d e f g h i j k l m n o p q r s t u v w x y z

**red**                            **(màu) đỏ**
*(mah-oo) doh*

**refrigerator**            **(cái) tủ lạnh**
*(kah-ih) too lah-n*

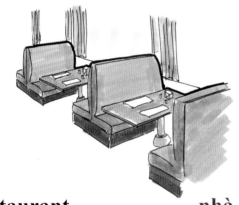

**restaurant**                 **nhà hàng**
*nyah hah-ng*

**rice**                           **gạo**
*gah-oh*

**(to) ride**                    **cưỡi**
*kuh-ih*

**ring**                   **(chiếc) nhẫn**
*(chih-uh-k) nyuh-ng*

a b c d e f g h i j k l m n o p q **r** s t u v w x y z

## Rr

**river**  **dòng sông**
*yoh-ng soh-oo-ng*

**road**  **con đường**
*koh-ng duh-ng*

**rock**  **hòn đá**
*hoh-ng dah*

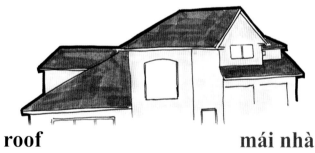

**roof**  **mái nhà**
*mah-ih nyah*

**rooster**  **(con) gà trống**
*(koh-ng) gah t-ruh-oo-ng*

**rose**  **hoa hồng**
*h-wah hoh-oo-ng*

**(to) run**  **chạy**
*chah-ih*

a b c d e f g h i j k l m n o p q r s t u v w x y z

**sad**            **buồn**
*boo-uh-oo-ng*

**salad**            **rau trộn**
*rah-oo t-ruh-oo-n*

**salt**            **muối**
*moo-ih*

**sandal**            **xăng đan**
*sah-ng dah-ng*

**sandwich**        **bánh xăng uých**
*bah-n sah-ng wih-ch*

**Saturday**            **thứ bảy**
*tuh bah-ih*

a b c d e f g h i j k l m n o p q r **s** t u v w x y z

**Ss**

**saxophone**      **(kèn) xắcxô**
*(kah-ih-ng) sah-k suh-oo*

**scarf**      **khăn quàng cổ**
*khuh-ah-n k-wah-ng kuh-oo*

**school**      **trường học**
*truh-ng hoh-k*

**scissors**      **(cái) kéo**
*(kah-ih) kah-ih-oh*

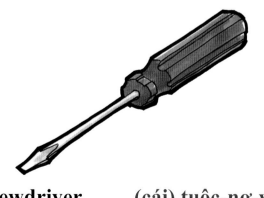

**screwdriver**      **(cái) tuôc-nơ-vít**
*(kah-ih) too-uh-k nuh vih-t*

**seesaw**      **ván bập bênh**
*vah-ng buh-p buh-n*

**seven** (số) bảy
*(suh-oo) bah-ih*

**shark** (con) cá mập
*(koh-ng) kah muh-p*

**sheep** (con) cừu
*(koh-ng) koo*

**shell** (cái) vỏ
*(kah-ih) voh*

**shirt** (áo) sơ-mi
*(ah-oh) suh-mih*

**shoe** (chiếc) giày
*(chih-uh-k) yah-ih*

a b c d e f g h i j k l m n o p q r **s** t u v w x y z

## Ss

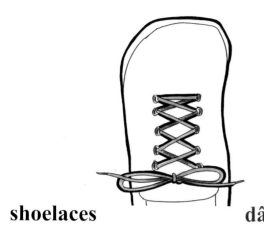

**shoelaces**　　　　　　**dây giày**
*yuh-ih yah-ih*

**short**　　　　　　**lùn**
*luh-ng*

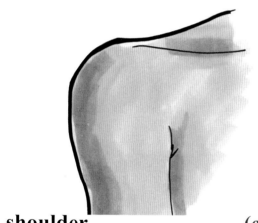

**shoulder**　　　　　**(cái) vai**
*(kah-ih) vah-ih*

**(to) shout**　　　　　**la hét**
*lah hah-ih-t*

**sick**　　　　　**bịnh**
*bih-n*

**sidewalk**　　　　　**vỉa hè**
*vih-uh hah-ih*

a b c d e f g h i j k l m n o p q r **s** t u v w x y z

**Ss**

**(to) sing**        **ca hát**
*kah hah-t*

**sink**        **bồn rửa**
*buh-oo-ng ruh*

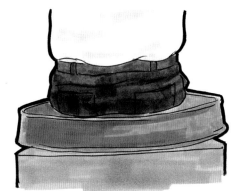

**(to) sit**        **ngồi**
*ng-uh-oo-ih*

**six**        **(số) sáu**
*(suh-oo) sah-oo*

**skiing**        **môn trượt tuyết**
*moh-oo-ng t-ruh-t tih-uh-t*

a b c d e f g h i j k l m n o p q r **s** t u v w x y z

**Ss**

**skirt**                          **váy đầm**
                                    *vah-ih duh-m*

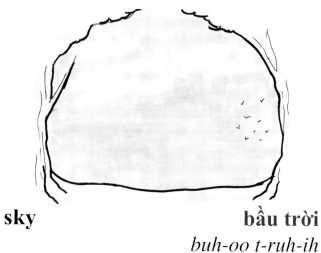

**sky**                            **bầu trời**
                                    *buh-oo t-ruh-ih*

**sled**                    **(xe) trượt tuyết**
                            *(sah-ih) t-ruh-t tih-uh-t*

**(to) sleep**                         **ngủ**
                                       *ng-oo*

**slide**                          **cầu tuột**
                                   *kuh-oo too-uh-t*

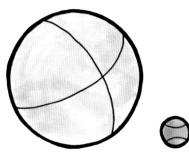

**small**                               **bé**
                                       *bah-ih*

a b c d e f g h i j k l m n o p q r **s** t u v w x y z

**Ss**

**(to) smile**  **mỉm cười**
*mih-m kuh-ih*

**smoke**  **khói**
*khuh-oh-ih*

**snake**  **(con) rắn**
*(koh-ng) rah-n*

**(to) sneeze**  **nhảy mũi**
*nyah-ih moo-ih*

**snow**  **tuyết**
*tih-uh-t*

**soap**  **xà bông**
*sah buh-oo-ng*

a b c d e f g h i j k l m n o p q r **s** t u v w x y z

**Ss**

**soccer** **(môn) đá banh**
*(muh-oo-ng) dah bah-n*

**sock** **vớ**
*vuh*

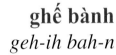

**sofa** **ghế bành**
*geh-ih bah-n*

**soup** **xúp**
*soo-p*

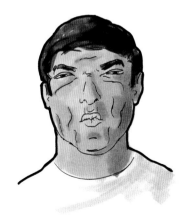

**sour** **chua**
*choo-ah*

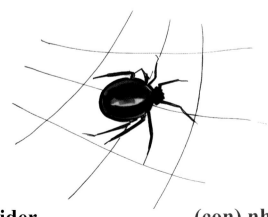

**spider** **(con) nhện**
*(koh-ng) nyuh-n*

a b c d e f g h i j k l m n o p q r **s** t u v w x y z

**Ss**

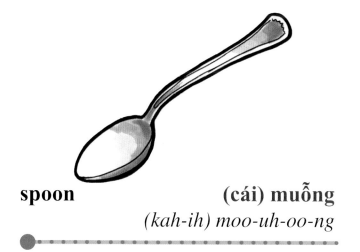

**spoon**      **(cái) muỗng**
*(kah-ih) moo-uh-oo-ng*

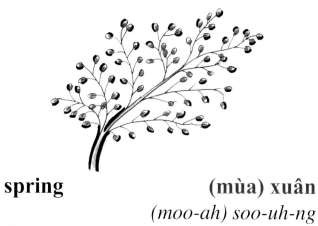

**spring**      **(mùa) xuân**
*(moo-ah) soo-uh-ng*

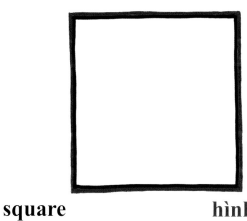

**square**      **hình vuông**
*hih-n voo-uh-ng*

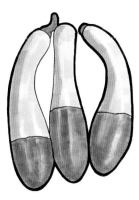

**squash**      **(trái) bí**
*(trah-ih) bih*

**squirrel**      **(con) sóc**
*(koh-ng) soh-k*

**(to) stand**      **đứng**
*duh-ng*

a b c d e f g h i j k l m n o p q r **s** t u v w x y z

**star**      **ngôi sao**
*ng-uh-oo-ih sah-oh*

**steps**      **bậc thang**
*buh-k tah-ng*

**stomach**      **(cái) bụng**
*(kah-ih) buh-ng*

**strawberry**      **(trái) dâu tây**
*(trah-ih) yuh-oo tuh-oo*

**street**      **đường phố**
*duh-ng fuh-oo*

**stroller**      **(xe) đẩy trẻ em**
*(sah-ih) duh-oo trah-ih ah-ih-m*

**subway**      **(xe) điện ngầm**
*(sah-ih) dih-uh-ng ng-uh-m*

a b c d e f g h i j k l m n o p q r **s** t u v w x y z

## Ss

**sugar**  **đường**
*duh-ng*

**suitcase**  **va-li**
*vah lih*

**summer**  **(mùa) hè**
*(moo-uh) hah-ih*

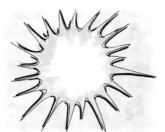

**sun**  **mặt trời**
*mah-t t-ruh-ih*

**Sunday**  **chủ nhật**
*choo nyuh-t*

**supermarket**  **siêu thị**
*sih-uh-oo tih*

**surprised**  **ngạc nhiên**
*ng-ah-k nyeh-ih-n*

a b c d e f g h i j k l m n o p q r **s** t u v w x y z

**Ss**

**sweater**        **(áo) len**
*(ah-oh) lah-ih-n*

**sweet**        **ngọt**
*ng-oh-t*

**(to) swim**        **bơi**
*buh-ih*

**swimsuit**        **quần áo tắm**
*k-wuh-n ah-oh tah-m*

**swing**        **(cái) đu**
*(kah-ih) doo*

a b c d e f g h i j k l m n o p q r **s** t u v w x y z

**table**      **(cái) bàn**
*(kah-ih) bah-n*

**tablecloth**      **khăn trải bàn**
*khuh-ah-ng trah-ih bah-n*

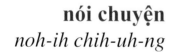

**(to) talk**      **nói chuyện**
*noh-ih chih-uh-ng*

**tall**      **cao**
*kah-oh*

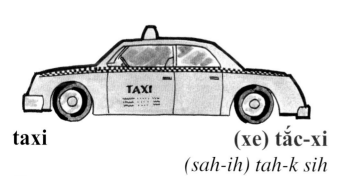

**taxi**      **(xe) tắc-xi**
*(sah-ih) tah-k sih*

**tea**      **trà**
*t-rah*

a b c d e f g h i j k l m n o p q r s t u v w x y z

**teacher**        **cô giáo**
*kuh-oo jah-oh*

**teddy bear**     **(con) gấu nhồi bông**
*(koh-ng) guh-oo nyuh-oo-ih buh-oo-ng*

**telephone**        **điện thoại**
*dih-uh-ng toh-ih*

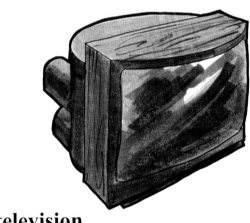

**television**        **ti-vi**
*tih-vih*

# 10

**ten**        **(số) mười**
*(suh-oo) muh-ih*

**tennis**        **(môn) quần vợt**
*(muh-oo-n) k-wuh-ng vuh-t*

a b c d e f g h i j k l m n o p q r s t u v w x y z

**tent**     **(cái) lều**
*(kah-ih) leh-ih-oo*

**three**     **(số) ba**
*(suh-oo) bah*

**Thursday**     **thứ năm**
*tuh nah-m*

**(to) tie**     **thắt**
*tah-t*

**tiger**     **(con) cọp**
*(koh-ng) koh-p*

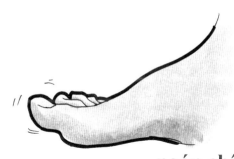

**toe**     **ngón chân**
*ng-oh-n chuh-n*

a b c d e f g h i j k l m n o p q r s **t** u v w x y z

## Tt

**tomato**      **(trái) cà chua**
*(trah-ih) kah choo-uh*

**tooth**      **(cái) răng**
*(kah-ih) rah-ng*

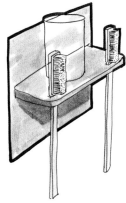

**toothbrush**      **bàn chải đánh răng**
*bah-ng chah-ih dah-n rah-ng*

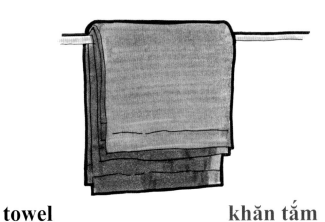

**towel**      **khăn tắm**
*khuh-ah-n tah-m*

**toy**      **đồ chơi**
*duh-oo chuh-ih*

**train**      **(xe) lửa**
*(sah-ih) luh*

a b c d e f g h i j k l m n o p q r s t u v w x y z

**trash can**       **thùng rác**
*too-ng rah-k*

**tree**       **cây**
*kuh-ih*

**triangle**       **hình tam giác**
*hih-n tah-m yah-k*

**truck**       **(xe) vận tải**
*(sah-ih) vuh-ng tah-ih*

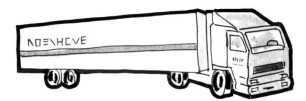

**trumpet**       **(kèn) trompet**
*(kah-ih-n) t-roh-m-pah-ih-t*

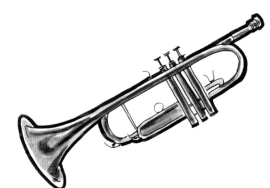

a b c d e f g h i j k l m n o p q r s t u v w x y z

**Tuesday**  thứ ba
*tuh bah*

**tunnel**  đường hầm
*duh-ng huh-m*

**turtle**  (con) rùa
*(koh-ng) roo-uh*

**twins**  cặp sinh đôi
*kah-p sih-n duh-oo-ih*

# 2

**two**  (số) hai
*(suh-oo) hah-ih*

a b c d e f g h i j k l m n o p q r s **t** u v w x y z

**umbrella**                    **(cái) dù**
                            *(kah-ih) yoo*

**underwear**              **quần áo lót**
                       *k-wuh-ng ah-oh loh-t*

**up**                              **lên**
                                *luh-n*

**upstairs**                   **trên lầu**
                           *t-ruh-n luh-oo*

a b c d e f g h i j k l m n o p q r s t **U** v w x y z

**Vv**

**vacation**        **kỳ nghỉ**
*kih ng-ih*

**valley**        **thung lũng**
*tuh-ng luh-ng*

**vegetable**        **rau cải**
*rah-oo kah-ih*

**violin**        **(đàn) vĩ cầm**
*(dah-n) vih kuh-m*

a b c d e f g h i j k l m n o p q r s t u **v** w x y z

**wagon**        **(xe) kéo**
*(sah-ih) kah-ih-oo*

**waiter**        **(người) bồi bàn**
*(ng-uh-ih) buh-oo-ih bah-ng*

**(to) wake up**        **thức dậy**
*tuh-k yuh-ih*

**(to) walk**        **đi bộ**
*dih buh-oo*

**wall**        **bức tường**
*buh-k tuh-ng*

**wallet**        **(cái) bóp**
*(kah-ih) boh-p*

a b c d e f g h i j k l m n o p q r s t u v **w** x y z

**Ww**

**(to) wash**          **rửa**
*ruh*

**watch**          **(cái) đồng hồ đeo tay**
*(kah-ih) duh-oo-ng huh-oo deh-oh tah-ih*

**(to) watch**          **nhìn**
*nyih-n*

**water**          **nước**
*nuh-k*

**waterfall**          **thác nước**
*tah-k nuh-k*

**watermelon**          **(trái) dưa hấu**
*(trah-ih) yuh huh-oo*

a b c d e f g h i j k l m n o p q r s t u v **w** x y z

**Wednesday**            **thứ tư**
*tuh tuh*

**wet**            **ướt**
*uh-t*

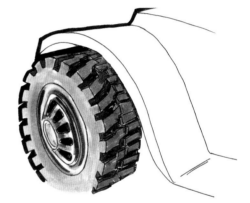

**whale**        **(con) cá voi**
*(koh-ng) kah voh-ih*

**wheel**        **bánh xe**
*bah-n sah-ih*

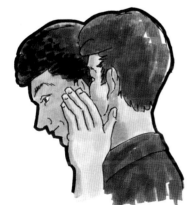

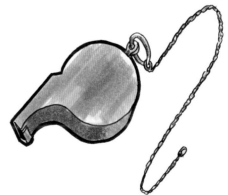

**(to) whisper**        **thì thầm**
*tih tuh-m*

**whistle**        **(cái) còi**
*(kah-ih) koh-ih*

a b c d e f g h i j k l m n o p q r s t u v **W** x y z

**white**  (màu) trắng
*(mah-oo) t-rah-ng*

**wind**  gió
*yoh*

**window**  cửa sổ
*kuh suh-oo*

**wings**  cánh
*kah-n*

**winter**  (mùa) đông
*(moo-ah) duh-oo-ng*

**wolf**  (con) chó sói
*(koh-ng) choh soh-ih*

a b c d e f g h i j k l m n o p q r s t u v W x y z

**woman**     **(người) đàn bà**
*(ng-uh-ih) dah-ng bah*

**wood**     **củi**
*koo-ih*

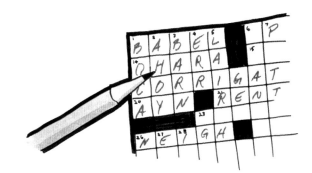

**word**     **chữ**
*chuh*

**(to) work**     **làm việc**
*lah-m vih-uh-k*

**worm**     **(con) trùng**
*(koh-ng) t-roo-ng*

**(to) write**     **viết**
*vih-uh-t*

a b c d e f g h i j k l m n o p q r s t u v **w** x y z

**x-ray**       **quang tuyến**
*wah-ng tih-uh-ng*

**yard**       **(cái) sân**
*(kah-ih) suh-n*

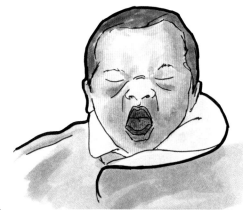

**(to) yawn**       **ngáp**
*ng-ah-p*

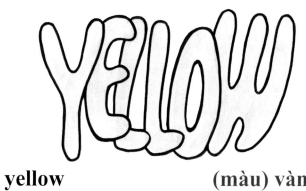

**yellow**       **(màu) vàng**
*(mah-oo) vah-ng*

**yogurt**       **sữa chua**
*suh choo-uh*

**young**       **trẻ**
*trah-ih*

   a b c d e f g h i j k l m n o p q r s t u v w **x y** z

**zebra**            **(con) ngựa vằn**
*(koh-ng) ng-uh vah-ng*

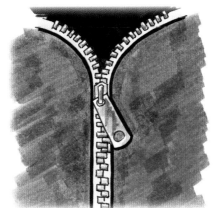

**zipper**            **phẹc-mơ-tuya**
*fah-ih-k muh t-wih-uh*

**zoo**            **sở thú**
*suh too*

a b c d e f g h i j k l m n o p q r s t u v w x y **z**

**mother**                                              **mẹ**
                                                        *mah-ih*

**father**                              **cha**
                                        *chah*

**sister**
(*older*)                                               **chị**
                                                        *chih*
(*younger*)                                         **em gái**
                                                    *ah-ih-m gah-ih*

**brother**
(*older*)                               **anh**
                                        *ah-n*
(*younger*)                         **em trai**
                                    *ah-ih-m trah-ih*

**grandmother**

*(paternal)*            **bà nội**
*bah nuh-oo-ih*

*(maternal)*          **bá ngoại**
*bah ng-oh-ah-ih*

**grandfather**

*(paternal)*        **ông nội**
*daa-daa*

*(maternal)*       **ông ngoại**
*uh-oo-ng ng-oh-ah-ih*

**aunt**

*(paternal)*          **cô**
*kuh-oo*

*(maternal)*         **dì**
*yih*

**uncle**

*(older paternal)*       **bác**
*bah-k*

*(younger paternal)*    **chú**
*choo*

*(maternal)*            **cậu**
*kuh-oo*

## Everyday Expressions

| ENGLISH | VIETNAMESE | PRONUNCIATION |
|---|---|---|
| Congratulations! | Xin chúc mừng! | sih-n chuh-k muh-ng |
| Excuse me. | Xin lỗi. | sih-n luh-oo-ih |
| Good morning! | Chào buổi sáng! | chah-oh boo-ih sah-ng |
| How? | Thế nào? | tch-ih nah-oh |
| How are you? (*to a man*) | Anh có khỏe không? | ah-n koh khuh-wuh-eh khuh-uh-oo-ng |
| How are you? (*to a woman*) | Chị có khỏe không? | chih koh khuh-wuh-eh khuh-uh-oo-ng |
| How many? | Bao nhiêu? | bah-oh nyih-uh-oo |
| How much? | Bao nhiêu? | bah-oh nyih-uh-oo |
| I know… | Tôi biết… | too-ih bih-uh-t |
| I don't know… | Tôi không biết… | too-ih khuh-uh-oo-ng bih-uh-t |
| I like… | Tôi thích… | too-ih tuh-t |
| I don't like… | Tôi không thích… | too-ih huh-uh-oo-ng tuh-t |
| I want to… | Tôi muốn… | too-ih moo-uh-ng |
| I don't want to… | Tôi không muốn… | too-ih huh-oo-ng moo-uh-oo-ng |
| I'm fine. | Tôi khỏe. | too-ih khuh-wah-eh |
| I'm sorry. | Tôi xin lỗi. | too-ih sih-n luh-oo-ih |
| No. | Không. | khuh-oo-ng |
| Please. | Xin vui lòng. | sih-n voo-ih loh-ng |
| See you tomorrow! | Hẹn gặp lại bạn ngảy mai! | han gah-p lah-ih bah-n ng-ah-ih mah-ih |
| Thank you. | Cám ơn. | kah-m uh-n |
| Thank you very much. | Cám ơn rất nhiều. | kah-m uh-n nyih-uh-oo |
| Welcome! | Chào mừng! | chah-oh moo-ng |
| What? | Cái gì? | kah-ih yih |
| What is your name? (*to a man*) | Tên anh là gì? | teh-ih-n ah-n lah yih |
| What is your name? (*to a woman*) | Tên chị là gì? | teh-ih-n chih lah gih |
| My name is… | Tên tôi là… | teh-ih-n too-ih lah |
| When? | Khi nào? | khuh-ih nah-oh |
| Where? | Ở đâu? | uh duh-oo |
| Who? | Ai? | ah-ih |
| Why? | Tại sao? | tah-ih sah-oh |
| Yes. | Vâng. | vuh-ng |
| You're welcome. | Không có chi. | khuh-oo-uh-ng koh chih |

## Honorifics & Pronouns

| ENGLISH | VIETNAMESE | PRONUNCIATION |
|---|---|---|
| Mr. | ông | uh-oo-ng |
| Miss | cô | kuh-oo |
| Mrs. | bà | bah |
| I | tôi | too-ih |
| you (*male*) | anh | ah-n |
| you (*female*) | chị | chih |
| he | anh ấy | ah-n eh-ih-y |
| she | chị ấy | chih eh-ih-y |
| it | nó | noh |
| we (*including the listener*) | chúng ta | chuh-ng tah |
| we (*excluding the listener*) | chúng tôi | chuh-ng too-ih |
| they | họ | hoh |

## Time Expressions

| | | |
|---|---|---|
| A.M. | sáng | sah-ng |
| P.M. (*early afternoon*) | trưa | t-ruh-ih |
| P.M. (*late afternoon*) | chiều | chih-oo |
| P.M. (*night*) | tối | tuh-oo-ih |
| today | hôm nay | huh-oo-m nah-ih |
| yesterday | hôm qua | huh-oo-m k-wah |
| tomorrow | ngày mai | ng-ah-ih mah-ih |
| midnight | nửa đêm | nuh deh-ih-m |
| noon | giữa trưa | yuh t-ruh |
| What time is it? | Mấy giờ rồi? | muh-ih yuh ruh-oo-ih |
| The time is… | Bây giờ là… | buh-ih yuh lah |
| 0:00 (12:00 A.M.) | nửa đêm | nuh deh-ih-m |
| 1:00 (A.M.) | một giờ | muh-oo-t yuh |
| 2:00 (A.M.) | hai giờ | hah-ih yuh |
| 3:00 (A.M.) | ba giờ | bah yuh |
| 4:00 (A.M.) | bốn giờ | buh-oo-n yuh |
| 5:00 (A.M.) | năm giờ | nah-m yuh |
| 6:00 (A.M.) | sáu giờ | sah-oo yuh |
| 7:00 (A.M.) | bảy giờ | bah-ih yuh |

| ENGLISH | VIETNAMESE | PRONUNCIATION |
|---------|------------|---------------|
| 8:00 (A.M.) | tám giờ | tah-m yuh |
| 9:00 (A.M.) | chín giờ | chih-n yuh |
| 10:00 (A.M.) | mười giờ | muh-ih yuh |
| 11:00 (A.M.) | mười một giờ | muh-ih muh-oo-t yuh |
| 12:00 (P.M.) | mười hai giờ trưa | muh-ih hah-ih yuh t-ruh |
| 13:00 (1:00 P.M.) | một giờ trưa | muh-oo-t yuh t-ruh |
| 14:00 (2:00 P.M.) | hai giờ trưa | hah-ih yuh t-ruh |
| 15:00 (3:00 P.M.) | ba giờ trưa | bah yuh truh |
| 16:00 (4:00 P.M.) | bốn giờ chiều | buh-oo-n yuh chih-uh-oo |
| 17:00 (5:00 P.M.) | năm giờ chiều | nah-m yuh chih-uh-oo |
| 18:00 (6:00 P.M.) | sáu giờ chiều | sah-oo yuh chih |
| 19:00 (7:00 P.M.) | bảy giờ tối | bah-ih yuh tuh-oo-ih |
| 20:00 (8:00 P.M.) | tám giờ tối | tah-m yuh tuh-oo-ih |
| 21:00 (9:00 P.M.) | chín giờ tối | chih-n yuh tuh-oo-ih |
| 22:00 (10:00 P.M.) | mười giờ tối | nuh-ih yuh tuh-oo-ih |
| 23:00 (11:00 P.M.) | mười một giờ khuya | muh-ih muh-oo-t yuh khuh-wih-uh |
| a quarter after… | …mười lăm phút | muh-ih lah-m fuh-t |
| half past… | …rưỡi | ruh-ih |
| three quarters after… | …bốn mươi lăm | buh-oo-n muh-ih |

## Months

| January | tháng một | tah-ng muh-oo-t |
|---------|-----------|-----------------|
| February | tháng hai | tah-ng hah-ih |
| March | tháng ba | tah-ih-ng bah |
| April | tháng tư | tah-ih-nh tuh |
| May | tháng năm | tah-ih-ng nah-m |
| June | tháng sáu | tah-ih-ng sah-oo |
| July | tháng bảy | tah-ih-ng bah-ih |
| August | tháng tám | tah-ih-ng tah-m |
| September | tháng chín | tah-ih-ng chih-n |
| October | tháng mười | tah-ih-ng muh-ih |
| November | tháng mười một | tah-ih-ng muh-ih muh-oo-t |
| December | tháng mười hai | tah-ih-ng muh-ih hah-ih |

| ENGLISH | VIETNAMESE | PRONUNCIATION |
|---|---|---|
| eleven (11) | mười một | muh-ih muh-oo-t |
| twelve (12) | mười hai | muh-ih hah-ih |
| thirteen (13) | mười ba | muh-ih bah |
| fourteen (14) | mười bốn | muh-ih buh-oo-n |
| fifteen (15) | mười lăm | muh-ih lah-m |
| sixteen (16) | mười sáu | muh-ih sah-oo |
| seventeen (17) | mười bảy | muh-ih bah-ih |
| eighteen (18) | mười tám | muh-ih tah-m |
| nineteen (19) | mười chín | muh-ih chih-n |
| twenty (20) | hai mươi | hah-ih muh-ih |
| twenty-one (21) | hai mươi mốt | hah-ih muh-ih muh-oo-t |
| twenty-two (22) | hai mươi hai | hah-ih muh-ih hah-ih |
| twenty-three (23) | hai mươi ba | hai-ih muh-ih bah |
| twenty-four (24) | hai mươi bốn | hah-ih muh-ih buh-oo-ng |
| twenty-five (25) | hai mươi lăm | hah-ih muh-ih lah-m |
| twenty-six (26) | hai mươi sáu | hah-ih muh-ih sah-oo |
| twenty-seven (27) | hai mươi bảy | hah-ih muh-ih bah-ih |
| twenty-eight (28) | hai mươi tám | hah-ih muh-ih tah-m |
| twenty-nine (29) | hai mươi chín | hah-ih muh-ih chih-n |
| thirty (30) | ba mươi | bah muh-ih |
| forty (40) | bốn mươi | buh-oo-n muh-ih |
| fifty (50) | năm mươi | nah-m muh-ih |
| sixty (60) | sáu mươi | sah-oo muh-ih |
| seventy (70) | bảy mươi | bah-ih muh-ih |
| eighty (80) | tám mươi | tah-m muh-ih |
| ninety (90) | chín mươi | chih-n muh-ih |
| one hundred (100) | một trăm | muh-oo-t t-rah-m |
| one thousand (1000) | một nghìn (1.000) | muh-oo-t ng-ih-n |
| ten thousand (10,000) | mười nghìn (10.000) | muh-ih ng-ih-n |
| hundred thousand (100,000) | một trăm nghìn (100.000) | muh-oo-t t-rah-m ng-ih-n |
| one million (1,000,000) | một triệu (1.000.000) | muh-oo-t t-rih-uh-oo |
| one billion (1,000,000,000) | một tỉ (1.000.000.000) | muh-ih-t tih |
| one trillion (1,000,000,000,000) | một nghìn tỉ (1.000.000.000.000) | muh-ih-t ng-ih-n tih |

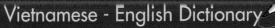

### A

| | |
|---|---|
| Ai? | Who? |
| anh | brother (*older*), you (*male*) |
| anh ấy | he |
| Anh có khỏe không? | How are you? (*to a man*) |
| (trái) anh đào | cherry |

### Â

| | |
|---|---|
| ầm ĩ | loud |

### B

| | |
|---|---|
| (số) ba | three |
| ba giờ | 3:00 (A.M.) |
| ba giờ trưa | 15:00 (3:00 P.M.) |
| ba mươi | thirty (30) |
| bà | Mrs. |
| bà hoàng hậu | queen |
| bà nội | grandmother (*paternal*) |
| bà ngoại | grandmother (*maternal*) |
| bác | uncle (*older paternal*) |
| bác sĩ | doctor |
| bãi biển | beach |
| bãi đậu xe | parking lot |
| ban đêm | night |
| (cái) bàn | table |
| bàn chải | brush |
| bàn chải đánh răng | toothbrush |
| bàn chân | foot |
| bàn làm việc | desk |
| bàn tay | hand |
| bạn | friend |
| bảng chữ cái | alphabet |
| (trái) banh | ball |
| bánh mì | bread |
| bánh ngọt | cake |
| bánh nhân | pie |
| bánh quy | cookie |
| bánh quy giòn | cracker |
| bánh xăng uých | sandwich |
| bánh xe | wheel |
| Bao nhiêu? | How many?, How much? |
| bay | (to) fly |

| | |
|---|---|
| (số) bảy | seven |
| bảy giờ | 7:00 (A.M.) |
| bảy giờ tối | 19:00 (7:00 P.M.) |
| bảy mươi | seventy (70) |
| bắp | corn |
| bậc thang | steps |
| bầu trời | sky |
| Bây giờ là... | The time is… |
| bé | small |
| (trái) bí | pumpkin, squash |
| biển | ocean |
| bịnh | sick |
| bò | (to) crawl |
| (con) bọ hung | beetle |
| bong bóng | balloon |
| (cái) bóp | wallet |
| (cái) bóp xách tay | purse |
| bộ đồ ngủ | pajamas |
| (người) bồi bàn | waiter |
| (số) bốn | four |
| bốn giờ | 4:00 (A.M.) |
| bốn giờ chiều | 16:00 (4:00 P.M.) |
| bốn mươi | forty (40) |
| ... bốn mươi lãm | three quarters after… |
| bồn tắm | bathtub |
| bồn rửa | sink |
| bông tai | earring |
| bơ | butter |
| bơi | (to) swim |
| (cái) búa | hammer |
| (cái) bụng | stomach |
| (con) búp bê | doll |
| (xe) buýt | bus |
| buổi chiều | evening |
| buổi sáng | morning |
| buổi tiệc | party |
| buồn | sad |
| bữa ăn sáng | breakfast |
| bữa ăn tối | dinner |
| bữa ăn trưa | lunch |
| bức màn | curtain |
| bức tường | wall |
| (con) bướm | butterfly |
| bưu điện | post office |

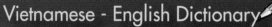

## C

| | |
|---|---|
| ca hát | (to) sing |
| (con) cá | fish |
| (con) cá heo | dolphin |
| (con) cá mập | shark |
| (con) cá sấu | crocodile |
| (con) cá voi | whale |
| (trái) cà chua | tomato |
| cà phê | coffee |
| các khối để chơi xếp hình | blocks |
| Cái gì? | What? |
| (màu) cam | orange (*color*) |
| (trái) cam | orange (*fruit*) |
| Cám ơn. | Thank you. |
| Cám ơn rất nhiều. | Thank you very much. |
| (con) canguru | kangaroo |
| cánh | wings |
| cánh rừng | forest |
| cánh tay | arm |
| cảnh sát | police officer |
| cao | tall |
| (con) cáo | fox |
| căn hộ | apartment |
| cặp sinh đôi | twins |
| cậu | uncle (*maternal*) |
| (chiếc) cầu | bridge |
| cầu tuột | slide |
| cầu vồng | rainbow |
| cây | tree |
| (trái) cây | fruit |
| (cái) còi | whistle |
| con đường | road |
| (con) cọp | tiger |
| cô | aunt (*paternal*), Miss |
| cô giáo | teacher |
| công viên | park |
| củ cà rốt | carrot |
| cuốn sách | book |
| (cái) cửa | door |
| cửa sổ | window |
| cục nước đá | ice cube |
| củi | wood |

| | |
|---|---|
| cười | (to) laugh |
| cưỡi | (to) ride |
| (con) cừu | sheep |
| (con) cừu con | lamb |
| (xe) cứu hỏa | fire engine |
| (xe) cứu thương | ambulance |

## CH

| | |
|---|---|
| cha | father |
| (cái) chai | bottle |
| (trái) chanh | lemon |
| Chào. | Hello. |
| Chào buổi sáng! | Good morning! |
| Chào buổi tối. | Good night. |
| Chào mừng! | Welcome! |
| Chào tạm biệt. | Good-bye. |
| chạy | (to) run |
| (cái) chân | leg |
| (con) châu chấu | grasshopper |
| (cái) chén | bowl |
| chị | sister (*older*), you (*female*) |
| chị ấy | she |
| Chị có khỏe không? | How are you? (*to a woman*) |
| chìa khóa | key |
| chiều | P.M. (*late afternoon*) |
| (con) chim | bird |
| (con) chim đại bàng | eagle |
| (số) chín | nine |
| chín giờ | 9:00 (A.M.) |
| chín giờ tối | 21:00 (9:00 P.M.) |
| chín mươi | ninety (90) |
| cho | (to) give |
| cho ăn | (to) feed |
| (con) chó | dog |
| (con) chó con | puppy |
| (con) chó sói | wolf |
| (áo) choàng | coat |
| (cái) chổi | broom |
| chơi | (to) play |
| chú | uncle (*younger paternal*) |
| chủ nhật | Sunday |
| chua | sour |
| chum nho | grapes |

| | |
|---|---|
| chúng ta | we (*including the listener*) |
| chúng tôi | we (*excluding the listener*) |
| (trái) chuối | banana |
| chuỗi hạt | necklace |
| (cái) chuông | bell |
| (con) chuột | mouse |
| chữ | word |

### D

| | |
|---|---|
| (con) dao | knife |
| dã câu | baseball |
| dân chúng | people |
| (trái) dâu tây | strawberry |
| dầu xăng | gasoline |
| dây lưng | belt |
| dây giày | shoelaces |
| dì | aunt (*maternal*) |
| (cái) dĩa | plate |
| (con) diều | kite |
| dòng sông | river |
| dơ bẩn | dirty |
| (con) dơi | bat |
| (cái) dù | umbrella |
| (trái) dưa hấu | watermelon |
| (đàn) dương cầm | piano |

### Đ

| | |
|---|---|
| (môn) đá banh | soccer |
| (người) đàn bà | woman |
| (người) đàn ông | man |
| (môn) đánh gôn | golf |
| (trái) đào | peach |
| (xe) đạp | bicycle |
| (áo) đầm | dress |
| (cái) đầu | head |
| đậu | beans |
| đầu bếp | chef |
| đầu gối | knee |
| đầy | full |
| (xe) đẩy trẻ em | stroller |
| (màu) đen | black |

| | |
|---|---|
| (cây) đèn cầy | candle |
| đèn có chân đứng | lamp |
| đèn pin | flashlight |
| đi bộ | (to) walk |
| (quả) địa cầu | globe |
| (xe) điện ngầm | subway |
| điện thoại | telephone |
| (cây) đinh | nail |
| (màu) đỏ | red |
| đọc | (to) read |
| đóng | (to) close |
| đồ chơi | toy |
| (mùa) đông | winter |
| (cái) đồng hồ | clock |
| đồng hồ đeo tay | watch |
| (cái) đu | swing |
| đứa bé | baby |
| đứa trẻ | child |
| đứng | (to) stand |
| đường | sugar |
| đường hầm | tunnel |
| đường phố | street |

### E

| | |
|---|---|
| em gái | sister (*younger*) |
| em trai | brother (*younger*) |

### Ê

| | |
|---|---|
| (con) ếch | frog |

### G

| | |
|---|---|
| (con) gà | chicken |
| (con) gà trống | rooster |
| (con) gái | girl |
| gánh xiệc | circus |
| gạo | rice |
| găng tay | mitten |
| (con) gấu | bear |
| (con) gấu nhồi bông | teddy bear |
| gia đình | family |
| già | old |
| (chiếc) giày | shoe |
| gió | wind |

| | |
|---|---|
| giữa trưa | noon |
| (cái) giường | bed |
| giường nôi | crib |
| (cái) gối | pillow |
| (cái) gút | knot |

### GH

| | |
|---|---|
| (cái) ghế | chair |
| ghế bành | sofa |
| ghế dài | bench |
| (đàn) ghita | guitar |

### H

| | |
|---|---|
| (con) hà mã | hippopotamus |
| (số) hai | two |
| hai giờ | 2:00 (A.M.) |
| hai giờ trưa | 14:00 (2:00 P.M.) |
| hai mươi | twenty (20) |
| hai mươi ba | twenty-three (23) |
| hai mươi bảy | twenty-seven (27) |
| hai mươi bốn | twenty-four (24) |
| hai mươi chín | twenty-nine (29) |
| hai mươi hai | twenty-two (22) |
| hai mươi lăm | twenty-five (25) |
| hai mươi mốt | twenty-one (21) |
| hai mươi sáu | twenty-six (26) |
| hai mươi tám | twenty-eight (28) |
| (cái) hang | cave |
| hàng rào | fence |
| hàng xóm | neighborhood |
| hành tinh | planet |
| (mùa) hè | summer |
| Hẹn gặp lại bạn ngày mai! | See you tomorrow! |
| (con) heo | pig |
| hình | photograph |
| hình chữ nhật | rectangle |
| hình tam giác | triangle |
| hình tròn | circle |
| hình vuông | square |
| họ | they |
| hoa | flower |
| hoa hồng | rose |
| hòn đá | rock |
| hòn đảo | island |

| | |
|---|---|
| hôm nay | today |
| hôm qua | yesterday |
| (màu) hồng | pink |
| (cái) hộp | box |
| (xe) hơi | car |
| (cái) hũ | jar |
| (con) hươu cao cổ | giraffe |

### I

| | |
|---|---|
| im lặng | quiet |

### K

| | |
|---|---|
| kem | ice cream |
| kéo | (to) pull |
| (cái) kéo | scissors |
| (xe) kéo | wagon |
| kẹo | candy |
| (con) kiến | ant |
| kiếng soi mặt | mirror |
| kim cương | diamond |
| kỳ nghỉ | vacation |

### KH

| | |
|---|---|
| khăn ăn | napkin |
| khăn quàng cổ | scarf |
| khăn tắm | towel |
| khăn trải bàn | tablecloth |
| Khi nào? | When? |
| (con) khỉ | monkey |
| (áo) khoác | jacket |
| khoai tây | potato |
| khóc | (to) cry |
| khói | smoke |
| Không. | No. |
| Không có chi. | You're welcome. |
| (con) khủng long | dinosaur |
| khuôn mặt | face |

### L

| | |
|---|---|
| la hét | (to) shout |
| (chiếc) lá | leaf |
| lá cờ | flag |
| (con) lạc đà | camel |
| làm việc | (to) work |
| lạnh | cold |

| | |
|---|---|
| lâu đài | castle |
| (áo) len | sweater |
| leo | (to) climb |
| (trái) lê | pear |
| lên | up |
| (cái) lều | tent |
| lính cứu hỏa | firefighter |
| (cái) lò | oven |
| lông mày | eyebrow |
| lông vũ | feather |
| lùn | short |
| (con) lừa | donkey |
| lửa | fire |
| (xe) lửa | train |
| (cái) lược | comb |
| (cái) ly | glass |

## M

| | |
|---|---|
| má | cheek |
| mái nhà | roof |
| màn che cửa sổ | blinds |
| mang | (to) carry |
| (chiếc) máy bay | airplane |
| (chiếc) máy bay trực thăng | helicopter |
| máy chụp hình | camera |
| máy điện toán | computer |
| (con) mắt | eye |
| mắt kiếng | eyeglasses |
| mặt nạ | mask |
| mặt trăng | moon |
| mặt trời | sun |
| mây | cloud |
| Mấy giờ rồi? | What time is it? |
| mẹ | mother |
| (con) mèo | cat |
| (con) mèo con | kitten |
| (cái) mền | blanket |
| (cái) miệng | mouth |
| mỉm cười | (to) smile |
| món tráng miệng | dessert |
| (số) một | one |
| một giờ | 1:00 (A.M.) |
| một giờ trưa | 13:00 (1:00 P.M.) |
| một nghìn (1.000) | one thousand (1000) |

| | |
|---|---|
| một nghìn tỉ (1.000.000.000.000) | one trillion (1,000,000,000,000) |
| một tỉ (1.000.000.000) | one billion (1,000,000,000) |
| một trăm | one hundred (100) |
| một trăm nghìn (100.000) | hundrcd thousand (100,000) |
| một triệu (1.000.000) | one million (1,000,000) |
| mở | (to) open |
| mua | (to) buy |
| muối | salt |
| (cái) muỗng | spoon |
| mưa | rain |
| (số) mười | ten |
| mười ba | thirteen (13) |
| mười bảy | seventeen (17) |
| mười bốn | fourteen (14) |
| mười chín | nineteen (19) |
| mười giờ | 10:00 (A.M.) |
| mười giờ tối | 22:00 (10:00 P.M.) |
| mười hai | twelve (12) |
| mười hai giờ trưa | 12:00 (P.M.) |
| mười lăm | fifteen (15) |
| ... mười lăm phút | a quarter after... |
| mười một | eleven (11) |
| mười một giờ | 11:00 (A.M.) |
| mười một giờ khuya | 23:00 (11:00 P.M.) |
| mười nghìn (10.000) | ten thousand (10,000) |
| mười sáu | sixteen (16) |
| mười tám | eighteen (18) |
| mứt | jam |

## N

| | |
|---|---|
| (con) nai | deer |
| (số) năm | five |
| năm giờ | 5:00 (A.M.) |
| năm giờ chiều | 17:00 (5:00 P.M.) |
| năm mươi | fifty (50) |
| (màu) nâu | brown |
| nấu ăn | (to) cook |
| (cái) nĩa | fork |
| nó | it |
| nói chuyện | (to) talk |

| | |
|---|---|
| (cái) nón | hat |
| nóng | hot |
| (cái) nồi | pot |
| nụ hôn | kiss |
| núi | mountain |
| nửa đêm | midnight, 0:00 (12:00 A.M.) |
| nước | water |
| nước trái cây | juice |

## NG

| | |
|---|---|
| ngạc nhiên | surprised |
| ngáp | (to) yawn |
| ngày mai | tomorrow |
| ngày sinh nhật | birthday |
| ngăn kéo | drawer |
| ngân hàng | bank |
| ngón chân | toe |
| ngón tay | finger |
| ngọt | sweet |
| ngồi | (to) sit |
| ngôi sao | star |
| ngủ | (to) sleep |
| (con) ngựa | horse |
| (con) ngựa vằn | zebra |

## NH

| | |
|---|---|
| (căn) nhà | house |
| nhà bếp | kitchen |
| nhà hàng | restaurant |
| nhà thương | hospital |
| nhảy | (to) jump |
| nhảy múa | (to) dance |
| nhảy mũi | (to) sneeze |
| (chiếc) nhẫn | ring |
| (con) nhện | spider |
| nhìn | (to) watch |

## O

| | |
|---|---|
| (con) ong | bee |

## Ô

| | |
|---|---|
| ôm | (to) hug |
| ông | Mr. |

| | |
|---|---|
| ông nội | grandfather (*paternal*) |
| ông ngoại | grandfather (*maternal*) |
| ống nhòm | binoculars |
| ống sáo | flute |
| ông vua | king |

## Ơ

| | |
|---|---|
| Ở đâu? | Where? |

## PH

| | |
|---|---|
| (người) phát thơ | mail carrier |
| phẹc-mơ-tuya | zipper |
| phong bì | envelope |
| phòng khách | living room |
| phòng ngủ | bedroom |
| phòng tắm | bathroom |
| phô mai | cheese |

## Q

| | |
|---|---|
| quà tặng | gift |
| quang tuyến | x-ray |
| (cái) quạt | fan |
| quần dài | pants |
| quần áo lót | underwear |
| quần áo tắm | swimsuit |
| (môn) quần vợt | tennis |

## R

| | |
|---|---|
| (cái) rađiô | radio |
| rạp xi-nê | movie theater |
| rau cải | vegetable |
| rau trộn | salad |
| (con) rắn | snake |
| (cái) răng | tooth |
| (cái) rổ | basket |
| (con) rối | puppet |
| rốn | bellybutton |
| (con) rồng | dragon |
| (con) rùa | turtle |
| (con) rùa bay | ladybug |
| rửa | (to) wash |
| rừng nhiệt đới | jungle |
| ... rưỡi | half past… |
| (cái) rương | chest |

### S

| | |
|---|---|
| sa mạc | desert |
| sàn nhà | floor |
| sáng | A.M. |
| (số) sáu | six |
| sáu giờ | 6:00 (A.M.) |
| sáu giờ chiều | 18:00 (6:00 P.M.) |
| sáu mươi | sixty (60) |
| (cái) sân | yard |
| (con) sâu bướm | caterpillar |
| siêu thị | supermarket |
| (con) sóc | squirrel |
| sợ | afraid |
| sở thú | zoo |
| (áo) sơ-mi | shirt |
| sơn | paint |
| sữa | milk |
| (con) sư tử | lion |
| sữa chua | yogurt |

### T

| | |
|---|---|
| (cái) tai | ear |
| Tại sao? | Why? |
| (số) tám | eight |
| tám giờ | 8:00 (A.M.) |
| tám giờ tối | 20:00 (8:00 P.M.) |
| tám mươi | eighty (80) |
| (trái) táo | apple |
| (con) tắc kè | lizard |
| (xe) tắc-xi | taxi |
| tấm bản đồ | map |
| tấm lịch | calendar |
| tấm thảm | carpet |
| tầng dưới | downstairs |
| tên | name |
| Tên anh là gì? | What is your name? (*to a man*) |
| Tên chị là gì? | What is your name? (*to a woman*) |
| Tên tôi là... | My name is… |
| (màu) tía | purple |
| tiền | money |
| tiêu | pepper |

| | |
|---|---|
| (trái) tim | heart |
| ti-vi | television |
| to | big |
| tòa nhà | building |
| tóc | hair |
| (cái) tổ | nest |
| tôi | I |
| Tôi biết... | I know… |
| Tôi khỏe. | I'm fine. |
| Tôi không biết... | I don't know… |
| Tôi không muốn... | I don't want to… |
| Tôi không thích... | I don't like… |
| Tôi muốn... | I want to… |
| Tôi thích... | I like… |
| Tôi xin lỗi. | I'm sorry. |
| tối | P.M. (*night*) |
| (con) tôm hùm | lobster |
| tờ báo | newspaper |
| tờ giấy | paper |
| tủ đựng chén dĩa | cabinet |
| (cái) tủ lạnh | refrigerator |
| tủ quần áo | closet |
| túi áo | pocket |
| (cái) tuôc-nơ-vít | screwdriver |
| tuyết | snow |

### TH

| | |
|---|---|
| thác nước | waterfall |
| (cái) thang | ladder |
| tháng ba | March |
| tháng bảy | July |
| tháng chín | September |
| thang cuốn | escalator |
| tháng hai | February |
| thang máy | elevator |
| tháng một | January |
| tháng mười | October |
| tháng mười hai | December |
| tháng mười một | November |
| tháng năm | May |
| tháng sáu | June |
| tháng tám | August |
| tháng tư | April |
| thằng hề | clown |

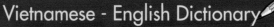
| | |
|---|---|
| thành phố | city |
| thắt | (to) tie |
| Thế nào? | How? |
| thể dục | gymnastics |
| thì thầm | (to) whisper |
| (con) thỏ | rabbit |
| thợ xây cất | construction worker |
| (mùa) thu | autumn |
| thung lũng | valley |
| thùng rác | trash can |
| thùng thơ | mailbox |
| thuốc men | medicine |
| thuyền | boat |
| thứ ba | Tuesday |
| thứ bảy | Saturday |
| thứ hai | Monday |
| thứ năm | Thursday |
| thứ sáu | Friday |
| thứ tư | Wednesday |
| thư viện | library |
| thức dậy | (to) wake up |
| thực đơn | menu |

### TR

| | |
|---|---|
| trà | tea |
| (con) trai | boy |
| trần nhà | ceiling |
| (màu) trắng | white |
| trẻ | young |
| trên lầu | upstairs |
| trò chơi | game |
| trò chơi xếp hình | jigsaw puzzle |
| (kèn) trompet | trumpet |
| trốn | (to) hide |
| trống | empty |
| (cái) trống | drum |
| (con) trùng | worm |
| trưa | P.M. (*early afternoon*) |
| trứng | egg |
| trường học | school |
| (môn) trượt băng | ice-skating |
| (môn) trượt tuyết | skiing |
| (xe) trượt tuyết | sled |

### U

| | |
|---|---|
| uống | (to) drink |

### Ư

| | |
|---|---|
| ướt | wet |

### V

| | |
|---|---|
| (cái) vai | shoulder |
| va-li | suitcase |
| ván bập bênh | seesaw |
| (màu) vàng | yellow |
| váy đầm | skirt |
| (xe) vận tải | truck |
| Vâng. | Yes. |
| (con) vẹt | parrot |
| (đàn) vĩ cầm | violin |
| vỉa hè | sidewalk |
| viện bảo tàng | museum |
| viết | (to) write |
| (cây) viết chì | pencil |
| (cây) viết chì màu | crayon |
| (cây) viết mực | pen |
| (con) vịt | duck |
| (cái) vỏ | shell |
| (con) voi | elephant |
| vòi phun nước | fountain |
| vớ | sock |
| vui | happy |
| vườn | garden |

### X

| | |
|---|---|
| xa lộ | highway |
| xà bông | soap |
| (kèn) xắcxô | saxophone |
| xăng đan | sandal |
| Xin chúc mừng! | Congratulations! |
| Xin lỗi. | Excuse me. |
| Xin vui lòng. | Please. |
| (mùa) xuân | spring |
| xúp | soup |

## *Vietnamese Dictionary & Phrasebook*

### By Bac Hoai Tran and Courtney Norris

Vietnamese-English
English-Vietnamese

Vietnam has become a popular destination for travelers who enjoy its vibrant cities, spectacular coastline, and diverse culture. This bilingual guide is an essential resource for all who wish to communicate in Vietnamese at home and abroad.

- 3,000 total dictionary entries
- Helpful phrases for travelers, students, and businesspeople
- Pronunciation guide, including a helpful introduction to Vietnamese tones
- Basic grammar
- Practical cultural information and etiquette

3,000 entries • 245 pages • 3 3/4 x 7 1/2 • ISBN 0-7818-0991-6 • $11.95pb • (104)

*Also available from Hippocrene Books . . .*

## *Vietnam: An Illustrated History*

### By Shelton Woods

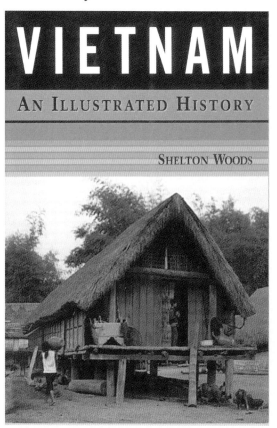

Complemented by more than 50 illustrations, this book offers a panoramic view of Vietnam and its people. It begins over 2,000 years ago with the story of Lac Long Quan, the father of the Vietnamese people, and concludes with a portrait of life in Vietnam in the 21st century. Examining the major political, historical, and social developments that have shaped Vietnam, this concise volume is the perfect introduction to the nation and its people.

172 pages • 5 x 7 • 50 b/w illus & photos • ISBN 0-7818-0910-X • $14.95pb • (302)

## *Other Vietnamese-interest titles...*

**Vietnamese Standard Dictionary**
Vietnamese-English / English-Vietnamese
12,000 entries • 506 pages • 5 1/2 x 8 • $24.95pb • 0-87052-924-2 • (529)

**A Vietnamese Kitchen**
Treasured Family Recipes
Two-Color • 175 pages • 6 x 9 • $24.95hc • 0-7818-1081-7 • (115)

**Beginner's Vietnamese**
517 pages • 7 x 10 • $19.95pb • 0-7818-0411-6 • (253)

*Available in 12 additional languages!*

*500 full-color illustrations in each volume!*

Ideal for children ages 5-10!

**Hippocrene Bengali Children's Picture Dictionary**
English-Bengali/Bengali-English
625 entries • 500 full-color illus • 112 pages • 8 1/2 x 11 • $14.95pb • (324)

**Hippocrene Brazilian Portuguese Children's Picture Dictionary**
English-Brazilian Portuguese/Brazilian Portuguese-English
625 entries • 500 full-color illus • 112 pages • 8 1/2 x 11 • $14.95pb • (318)

**Hippocrene Chinese Children's Picture Dictionary**
English-Chinese/Chinese-English
625 entries • 500 full-color illus • 112 pages • 8 1/2 x 11 • $14.95pb • (083)

**Hippocrene Dutch Children's Picture Dictionary**
English-Dutch/Dutch-English
625 entries • 500 full-color illus • 112 pages • 8 1/2 x 11 • $14.95pb • (071)

**Hippocrene Hebrew Children's Picture Dictionary**
English-Hebrew/Hebrew-English
625 entries • 500 full-color illus • 112 pages • 8 1/2 x 11 • $14.95pb • (076)

**Hippocrene Hindi Children's Picture Dictionary**
English-Hindi/Hindi-English
625 entries • 500 full-color illus • 112 pages • 8 1/2 x 11 • $14.95pb • (319)

*Available in 12 additional languages!*

**Hippocrene Korean Children's Picture Dictionary**
English-Korean/Korean-English
625 entries • 500 full-color illus • 112 pages • 8 1/2 x 11 • $14.95pb • (323)

**Hippocrene Norwegian Children's Picture Dictionary**
English-Norwegian/Norwegian-English
625 entries • 500 full-color illus • 112 pages • 8 1/2 x 11 • $14.95pb • (067)

**Hippocrene Polish Children's Picture Dictionary**
English-Polish/Polish-English
625 entries • 500 full-color illus • 112 pages • 8 1/2 x 11 • $14.95pb • (328)

**Hippocrene Russian Children's Picture Dictionary**
English-Russian/Russian-English
625 entries • 500 full-color illus • 112 pages • 8 1/2 x 11 • $14.95pb • (073)

**Hippocrene Spanish Children's Picture Dictionary**
English-Spanish/Spanish-English
625 entries • 500 full-color illus • 112 pages • 8 1/2 x 11 • $14.95pb • (345)

**Hippocrene Swedish Children's Picture Dictionary**
English-Swedish/Swedish-English
625 entries • 500 full-color illus • 112 pages • 8 1/2 x 11 • $14.95pb • (057)

All prices subject to change without notice. If you would like to order these or other **Hippocrene Books** titles, contact your local bookstore, call our sales office at (718) 454-2366, visit www.hippocrenebooks.com, or write to: Hippocrene Books, 171 Madison Avenue, New York, NY 10016. Please include a check or money order that adds $5.00 shipping (UPS) for the first title, and $.50 for each additional book.